BALINTATAW

By Virginia H. Ferrer

Published by the:
Asian Journal San Diego
The original and first Asian Journal in America
E-Mail: asianjournal@aol.com

Published by the:
Asian Journal San Diego
The original and first Asian Journal in America
Simeon G. Silverio, Jr., Editor & Publisher
E-Mail: sandiegoasianjournal@yahoo.com

Copyright © 2014
By: Virginia H. Ferrer
All rights reserved

No part of this book may be reproduced in any form or
by any means without permission in writing from the
Copyright owners

1st Printing, 2014

The poems in this book were originally published in
The Asian Journal San Diego

Lovingly dedicated to
my beloved parents and family

**Books published by
Asian Journal San Diego:**

Balintataw by: Virginia H. Ferrer

Promised Land by: Simeon G. Silverio, Jr.

Betel Nuts and Other Stories by: Simeon G. Silverio, Jr.

Rice Cooker: Writings on Filipino Americal Life, Issues and People by: Simeon G. Silverio, Jr.

The Life and Times of a Filipino-American In San Diego, California by: Simeon G. Silverio, Jr

Balik Tanaw – The Lives and Loves of Filipino Movie Stars of Yesteryears by: Dr. Romy Protacio

Philippine Travels and Memories – Book I by: Simeon G. Silverio, Jr.

Philippine Travels and Memories – Book II by: Simeon G. Silverio, Jr.

Philippine Travels and Memories – Book III by: Simeon G. Silverio, Jr.

To order a copy, send $12.95 ($595 Philippine Pesos) plus $3.00 (138 Philippine Pesos) to **Asian Journal San Diego**. 550 East 8th Street, Suite 6, National City, CA 91950 or MEG Silverio Press, 432 Platerias, Quiapo, Manila. For more information, e-mail sandiegoasianjournal@yahoo.com or call (619) 474-0588 (U.S.A) or 733-5455 (Philippines).

Mga Nilalaman

1.	Ako At Ikaw	9
2.	Ang Aking Mga Hiling	10
3.	Napakasuwerte Mo!	11
4.	Ang Aking Tagumpay	12
5.	Ang Aking Halaman	13
6.	Ayaw Kong Madinig	14
7.	Sa Binata Kong Anak	15
8.	Ang Bakod	16
9.	Sabi Nila, Ang Mga Lalaki Daw Ay	19
10.	Sa Iyo, Aking Mahal	21
11.	Ang Guryon	22
12.	Sabihin Mo	24
13.	Ang Pinakamayamang Kaluluwa	25
14.	Sana'y Madama Ko Rin	27
15.	Hibang	28
16.	Pagsaluhan Natin	29
17.	Basang Pantalon	30
18.	Ang Guro	33
19.	Ngayon	35
20.	Isang Batong Bilog	37
21.	Para Sa Iyo	39
22.	Kung Ako Lang Sana	41
23.	Bilanggo	43
24.	Ang Mundong Tahimik	44
25.	Magandang Malaman Mo	46
26.	Dalawang Kahon	48
27.	Abutin Ang Tagumpay	50
28.	Halina	51
29.	Humiling Ka	52
30.	Ang Kanyang Tinig	54
31.	Sana Ay Kaibigan Kita	55
32.	Isang Basong Gatas	56
33.	Nang Dahil Sa Iyo	60

34.	Aking Pabaon	61
35.	Mapupulang Labi	62
36.	Isang Linggo	63
37.	Sa Iyo, Anak	64
38.	Nais Kong Bumalik	65
39.	Pula	67
40.	Natatandaan Mo Pa Ba?	68
41.	Punong Kawayan	69
42.	Magandang Araw Po	70
43.	Huwag Ka Nang Lumayo	71
44.	Sampung Tanong Ng Diyos	72
45.	Bumalik Ka Ulan	74
46.	Ang Mga Kamay Ko	75
47.	Usapang Paru-Paro	76
48.	Hanapin Natin	78
49.	Ang Tatlong Puno	79
50.	Kasi Ikaw Tagihawat	83
51.	Mabilis	84
52.	Ano Ang Kulay Mo?	85
53.	Batis	86
54.	Hoy Gising	87
55.	Tama Nga Sila	88
56.	Bayad Na	89
57.	Sa Aking Buhay	93
58.	Ang Ngiti	99
59.	Bumaba Ka	100
60.	Isang Tula Sa Yumao Kong Asawa	101
61.	Ang Pagod Na Maybahay	102
62.	Ikaw Lamang	103
63.	Dahon	104
64.	Tandaan, May Nagmamahal Sa Iyo	105
65.	Kapag Hinayaan Kita	107
66.	Pag-Asa	110
67.	Gamot	114
68.	Ang Dalangin Ko Para Sa Iyo	116

69.	Sa Aking Pagretiro	118
70.	Umapaw Na Ang Baso Ko	119
71.	Ibong Malaya	121
72.	Sa Munti Naming Bayan	122
73.	Ang Pamana	124
74.	Ang Bintana Sa Ospital	126
75.	Ligaw Na Bulaklak	129
76.	Ang Buhay Nga Naman	130
77.	Batong Buhay	133
78.	Mga Halamang Ligaw	134
79.	Hindi Mo Ba Narinig?	135
80.	Maskara	136
81.	Sa Gitna Ng Malakas Na Ulan	138
82.	Mga Kulay Ng Mundo	140
83.	Sa Aming Barangay, Si Almang Balo	141
84.	Napulot Na Kahon	142
85.	Kailangan	144
86.	Bilisan Natin	145
87.	Nasaan Na Nga Ba?	146
88.	Ingay	147
89.	Salakot Ni Inang	148
90.	Buhangin At Bato	149
91.	Silahis Ng Araw	151
92.	Ang Babae	152
93.	Perlas	154
94.	Ang Pinakamagandang Bulaklak	156
95.	Inay	158
96.	Ulan	159
97.	Ito Ba Ang Pag-ibig?	160
98.	Ang Sandalan	161
99.	Pangako	162

8

1

Ako At Ikaw

Pagmasdan mo ang iyong hitsura, ang buo mong katawan
hindi ba't pareho lang tayo sa isang kabuuan
mata, tainga, ilong, kamay, baywang at balakang
walang pinag-iba kahit saan mo man tingnan.

Ang lahat ng ito ay dahil ikaw at ako ay magkapatid
at kahit saang lupalop ka man nagmula iisa ang hatid
lahat tayo'y dapat magkaisa 'di magkakagalit
magdamayan, magtulungan, magyakapan ng mahigpit.

O kay ganda nga sanang pagmasdan nitong ating mundo
kung sana nga ay magkakasundo ang lahat ng tao
mga ngiti't kasiyahan ang tanging mababakas mo
wala na akong mahihiling pa, 'to sana'y totoo.

2

Ang Aking Mga Hiling

Isa sa aking mga hiling ay ang maging matiyaga
matutunang ganap ang maghintay ng buong tiyaga
alisin ang kapusukan maging mabuti sa kapwa
nang makamit ko ng maayos ang tunay na biyaya.

Sa mga suliranin na sa aki'y ibinibigay
malutas ko po sana gamit ang wastong karunungan
walang mandadaig at wala namang malalamangan
at nang maging patas po mga desisyong ipapataw.

Hiling ko rin po sanay di ako maubusan ng lakas
na maaari kong magamit na isang panlunas
sa mga pagkakataong panghihina'y dinaranas
ng ang mga kumakapit sa akin ay di bumagsak

Katulad ng marami ako ay maraming kahilingan
tulad ng pagmamahal sa aking mga kaibigan
subalit maraming problema ang aking nasuungan
na siyang mga nagpatibay sa aking kahinaan.

Ang maging matapang ay isa sa aking mga hiling
nang aking malampasan mga panganib na darating
kinailangan ko pa ding mga bundok ay tawirin
at maging madidilim na gubat ay aking suungin.

Hindi rin nawala ang hiling ko na maging matibay
sa lahat ng pagsubok na sa akin ay naghihintay
aking pinagtiisan ang lahat makamtam ko lamang
ang bunga ng pagsisikap na matagal kong inasam.

3

Napakasuwerte Mo !

Ano? Isang Pirasong tuyo at nilagang kangkong lang
ang nasa iyong plato ngayong oras ng tanghalian?
aba'y hindi dapat mainisbagkus ay masiyahan
kasi 'tong kapitbahay mo plato niya'y walang laman.

Ano? Sa pagmamaneho mo ikaw ay nagngingitngit?
ang dahilan ay ang haywey masyadong napakatrapik
buhol-buhol ang sasakyan at hindi ka makasingit
aba'y kaswerte mo naman may sarili ka palang dyip.

Ano? Nagbrek na kayo ng girlfriend mo na si
Luningning?
aba'y huwag namang iuntog ang ulo mo sa dingding
'di dapat mag-alala't marami pang diya'y darating
aba'y mabuti ka pa't natikman mo nang magka-darling.

Ano? Lunes na bukas, pasok na naman sa trabaho?
nakakapagod naman, masakit nang mga buto ko
aba'y masuwerte ka nga't kumikita ka ng husto
pare, heto si Damian, problema niya, anak ay pito.

Ano? Ang sinasakyan mong dyip tumirik at nasira?
kaya kailangan ngayo'y maglakad ka ng mahaba
aba'y kaswerte mo naman dahil may dalawa kang paa
hayun tingnan mo si Ping, pilay 'di ka ba naaawa?

4

Ang Aking Tagumpay

Mayroon akong kayamanang ang kawangis ay ginto
na sa aking mga pawis at dugo, siya'y nabuo
puhunan kong ginamit hindi kaunti, hindi biro
kung kaya naman ang tagumpay ay aking nasilo.

Pawis na puhunan dinagdagan ko rin ng tiyaga
at sikap sa sarili makamit lamang ang adhika
may mga nakangiti at mayroon ding nangungutya
ang lahat ng mga ito hindi ko inalintana.

'Di lamang pawis at tiyaga ang aking pinuhunan
dinagdagan ko na rin ng buo kong loob at tapang
dahil sa sino pa nga ba ang sa akin ay dadamay
kundi ang sarili ko makamit ko lang ang tagumpay.

5

Ang Aking Halaman

Sa sandali ng pag-iisa ikaw ang nasaisip
dulot mong ligaya sa kalungkutan ako'y sinasagip
ano mang lalim ng problema tila iyong nababatid
para sa akin, ikaw na ang tunay na hulog ng langit.

Araw-araw na pag-aalaga ko sa iyo ay tunay
kaigayahang naidudulot mo ay walang kapantay
pakiramdam ko baga humahaba yaring aking buhay
pati mandin ang paligid ko ay nagiging makulay.

Sapat na sa akin mamalas ang iyong mga bulaklak
at aking samyuin ang iyong bangong humahalimuyak
'di pagsasawaang tingnan ang kulay mong nakakaganyak
ikaw na aking halaman walang sa iyo ay hahamak.

6

Ayaw Kong Madinig

Hindi maipagkakaila sa iyong mga mata
ang tunay na laman ng iyong puso at kaluluwa
na ninanais mo ng kumalas sa ating pagsinta
at dito sa ating sumpaan maging malaya ka na.

Ngunit hindi mo nga mawika ang tunay na dahilan
kung bakit ang lahat ay nais mo nang talikuran
subalit huwag mag-alala sa 'yong kapasiyahan
hindi kita tatanungin, tatanggapin ko na lamang.

Ang hindi mo lang alam ay winasak mo na ang puso ko
bigat nitong nararamdaman ay hindi mo lang tanto
may dahilan pa kaya ang mabuhay ako sa mundo
sa labis na kabiguan lahat mandin ay nagbago.

Ngunit hindi ako dapat na panghinaan ng loob
kailangang magpakatatag alisin ang poot
at anuman ang dahilan ibaon na lang sa limot
ayaw ko nang madinig pa, nais ko ng pumalaot.

At sa dako pa roon, doon ay aking hahanapin
kaligayahang naudlot baka naghihintay sa akin
diyan ka na muna at akin siyang sasalubungin
ang panibagong kasaysayan nitong buhay kong angkin.

7

Sa Binata Kong Anak

Palagi akong abala tulad ng umagang iyon
sumagot ako sa tanong mo nang hindi lumilingon
pinakikita mo sa akin laruan mong kariton
ni 'di ko nga napansin, pagluluto'y pinagpatuloy.

Sa aking paglalaba, pananahi at pagluluto
sa ipinakita mong aklat tumango na lang ako
'ika mo , "Inay, ginawa ko ito para sa iyo"
sagot ko naman, "Mamaya na pagkatapos ng trabaho"

Pinapatulog kita ng mahimbing sa bawat gabi
at naririnig ko ang mga dasal mong sinasabi
pero mabilis akong umaalis sa iyong tabi
sana'y nagtatagal pa ako ng maraming sandali.

At sadyang napakabilis ang paglipas ng panahon
ang batang aking tinutukoy ay malaki na ngayon
wala na nga siya sa tabi ko sa buong maghapon
hindi na ako kinukulit ng kanyang mga tanong.

Maayos na nakasalansan ang kanyang mga aklat
wala na rin ang karitong sa aki'y pinapamalas
wala nang pinapatulog at dasal na binibigkas
ang lahat ng iyo'y kasama ng kahapong lumipas.

Itong mga kamay ko na dati ay laging abala
sa ngayon ay palagian na itong namamahinga
napakahaba ng maghapon na aking iniinda.
sana ngayon mga tanong mo ay masasagot ko na.

8

Ang Bakod

Ang labing-tatlong taong si Bentong likas na mabait
masipag maglinis sa bahay kahit minsa'y makulit
masayang kausap at palabasa ng mga komiks
kung kaya't sa pagtulog niya malimit managinip.

May Isang ugali hindi maganda itong si Bentong
mainitin ang ulo at kapagdaka'y napipikon
sisigaw na lang kaagad at pagdaka'y magsusumbong
sa kanyang mga magulang at kasaba'y ang hagulgol.

Itong si ama ay nakaisip ng isang paraan
upang ang init ng ulo nitong Bentong ay maibsan
mabigyan ng leksyon at ganap niyang maunawaan
ang bunga ng kanyang ugaling hindi dapat tularan.

At isang supot ng pako ang ibinigay ng ama
sa kanyang butihin na anak na pinakasisinta
"kung ika'y 'di na makapagtimpi" kanyang paalala
"dito sa ating bakod ikaw ay magpako ng isa."

Sa unang araw pa lamang ay dalawampu't walo na

ang pakong kanyang nailagay sa likod-bakod nila
sa paglipas naman ng araw napuna nitong ama
na dumalang naman mga pakong naipukpok niya.

Natuwa din ang ama sa pangyayaring nasaksihan
dahil pako'y di nagalaw sa mga araw na nagdaan
marahil ang pagtitimpi sa sarili'y natutunan
nitong anak na si Bentong na siya niyang panganay.

Napagtantong mabuti ni Bentong sa kinalaunan
galit ay madaling timpiin kung mag-iisip lamang
kaysa magpukpok ng pako sa bakod sa likod-bahay
sa tuwing nararamdaman n'yang galit ay umaapaw.

Dumating ang panahon na ang pako'y wala ng saysay
at 'di na kinailangan ni Bentong sa kanyang buhay
naging masayahin na at matiyagang naghihintay
kung mayroon man silang mga dapat na pag-usapan.

Sa nangyaring ito kay Bentong ang ama'y nasiyahan
kaya nagmungkahi siya ng isang ayos na bagay
na sa tuwing ang galit niya ay kanyang napigilan
isang pako ang bubunutin sa bakod sa likuran.

Dumating ang sandali na nilapitan n'ya ang ama
at sinabing ang lahat ng pako'y nahugot na niya
at magkahawak ng kamay ang mag-ama ay nagpunta
upang tingnan ang bakod na ni isang pako'y wala na

"Masaya ako anak sa malaking pagbabago mo
subalit pagmasdan mo ngayon ang bakod nating ito
sa dami ng butas malaking kanyang ipinagbago
ibang-iba na siya ngayon sa dati niyang anyo."

Sa tuwina na ikaw sa ibang tao'y nagagalit

nag-iiwan ito ng marka sa kanya'y nakaukit
may pilat itong tanda ng kimkim mong poot at bangis
kung minsa'y matagal bago ito'y tuluyang maalis.

Kapag ang kutsilyo'y itinarak sa sinumang tao
kaagad mo itong mahuhugot kung gugustuhin mo
subalit mananatiling may pilat na likha ito
na sa kanya'y nakatatak takpan man ng kahit ano.

Isang libo beses man na ika'y humingi ng tawad
mapagbibigyan ka n'ya subalit ang kirot ay bakas
ang salitang patawad ay napakadaling ibigkas
subalit sa puso ramdam mo pa rin na may bagabag.

Kaya pakatandaan kaibigan ay gintong yaman
nakangiti sila sa'yo sa bawat baytang ng tagumpay
nakikinig din sila sa iyong mga karaingan
mahalin mo sila at galit ay laging pipigilan.

9

Sabi Nila, Ang Mga Lalaki Daw Ay ---

katulad nitong mga inilalagay nating sahig
kung tama ang latag malalakaran mo ng paulit-ulit
parang ating perang nakadeposito sa banko
kung maliit lamang, maliit din ang balik sa iyo

walang iniwan sa 'ting paboritong kapeng Batangas
talagang 'di ka patutulugin ng buong magdamag
parang mga komersyal na palagi mong naririnig
wala kang paniwalaan sa lumalabas sa bibig

itong mga makinang kompyuter ang katulad nila
mahirap unawain at walang gaanong memorya
walang iniwan sa mga *bonds* nitong ating gobyerno
aba'y sobrang napakatagal bago sila tumubo

sapatos na mataas ang takong ang kanyang kapara
masarap nang ilakad kapag nakasanayan mo na
mga bituin ng kapalaran ang kan'lang katulad
maraming sinasabi kalimitan naman ay huwad

mamahaling lamparang ilawan kanilang katulad
magandang tingnan pero hindi gaanong maliwanag
magagandang puwesto dito sa mga *parking lots*
puno agad, kaya sa *handicapped* na lang ang 'yong
bagsak

katulad nitong popcorn na paborito nating lahat

nakakabusog nga, pero sandali lang, 'di maluwat
parang mga kotseng gamit na, iyong segunda mano
madaling makuha, mura, pero hindi ka makakasiguro

10

Sa Iyo, Aking Mahal

Kung maibabalik ko lamang ang tangkay ng panahon
nuon sa aki'y paulit-ulit mong ibinubulong
na ako lamang ang iyong bayaning 'di umuurong
na nakahandang puksain kahit sino pa mang dragon.

Sa tuktok ng bundok sana'y nagtayo ako ng kastilyo
upang mamasdan ng lahat at pati ng buong mundo
ikaw na walang kasingandang prinsesa ng buhay ko
mabubuhay, mamatay at magsasama hanggang dulo.

Sana'y kaya kong ibalik nalagas na mga dahon
pupuluting isat'isa abutin man ng maghapon
at sa 'yong paanan akin muli itong ibabaon
magkasama nating aabangan kanilang pagyabong

Wala ni isang mang tinik sa puso mo ay tutusok
wala ni isang luha sa iyong mata'y maglalagos
wala ni isang bato sa lalakaran mo'y sisipot
walang isa man sa ati'y magpapaalam ng lubos.

Subalit ang lahat ng yaon ay hindi na babalik
tiktak nitong orasan ko tuluyan ng nanahimik
hindi na rin kayang alisin pa, mga bato't tinik
ng mga nagdaang panahon na walang kasingtamis.

Mahirap na ang mabuhay na katulad ng kahapon
subalit itutuloy ko pa rin pagpuksa ng dragon
kung ito ang sa iyo'y magpapaligaya ng ganuon
kahit minsan pang muli nakahanda akong humamon.

11

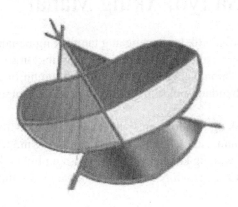

Ang Guryon

Isang lumang pulang papel ang sa akin ay inabot
ng pinsan kong nagbabasura dito sa aming pook
ika niya'y sayang naman may gamit pang idudulot
aking ginupit, idinikit sa patpat na napulot.

Isang guryon ang nagawa ko't sa hangi'y pinalipad
walang nakapigil sa hangad niyang pumaitaas
tulad din nitong kanryo paglaya ang hinahangad
sampu na rin ng aking pinakamimithing pangarap.

Hindi ko binigyan pansin yaring mga panlilibak
maanghang na salitang sa akin ay iginawad
tulad ng guryon ko tuloy-tuloy na pumaitaas
sa ere ng kalawakan buong galak na umusad.

Sinikap ko pang lalong pumaimbulog ng husto
at madaig silang lahat, mapansin ng mga tao
nagsunog ng kilay at nagpakahirap sa trabaho
maabot ko lamang ang pangarap na minimithi ko.

Tulad ng guryon ko na handang makipagsapalaran
sa buhay na masalimuot kailangan ang tapang
ang pagsubok ng tadhana minsan'y darating na lamang
sa mga sandaling hindi mo siya inaasahan.

12

Sabihin Mo......

Sabihin mo sa akin na ako lamang ang 'yong mahal
na ang mga mata mo'y sa akin lamang nakatanaw
na 'di mo papansinin sino mang babaeng nilalang
sukdulang mahipan ka ng hangi't maduling ng tuluyan.

Sabihin mong ako na'ng babaeng pinakamaganda
sa balat ng lupa isama mo pa itong si eba
at sa iyong paningin kawangis ko'y isang diyosa
tumaba man ako ng husto na tulad ni Dabiana.

Sabihin mong ako lamang ang nais mong makapiling
sa liwanag man nitong araw at sa gabing madilim
na walang sinumang makakapaghiwalay sa atin
ulan man o bagyo, at matinding hagupit ng hangin.

Sabihin mong hinding-hindi mo nga ako iiwanan
sa hirap at sakit dalawa tayong magdadamayan
maging buto't balat man ang anyo natin balang araw
magsasama tayong dalawa hanggang sa kamatayan.

Sabihin mong tayo para rin hanggang sa ating pagtanda
buhok m'ay pumuti, kumakalog man ang mga baba
sa pagtitig sa 'kin sabihin mong 'di ka magsasawa
kahit ang mga mata nati'y puno na ng kulaba.

13

Ang Pinakamayamang Kaluluwa

Isang lalaki ang minsan ay nagbalak na maglakbay
upang kanyang hanapin itong kaluluwang mayaman
at sa kanya'y nais niyang isang bagay ay itanong
kung ano ang ginawa at siya'y nagkaganuon.

Matagal niyang pinangarap na maging isang tanyag
kahit na nga alam niyang siya'y lumaki sa hirap
palagi na lamang sumsagi sa kanyang isipan
na talagang kailangan niyang maging mayaman.

At bago siya umalis ay humalik sa maybahay
ang mahal na anak naman,pinisil pa n'ya sa kamay

ipinangako sa kanila na 'di siya uuwi
hanggang hindi natatamo ang kayamanang minimithi.

At marami pang araw at buwan ang nagdaan
ipinagpatuloy ang paglalakbay na sinimulan
bawa't madaanang kastilyo't mansyon kanyang pinasok
pawang kabiguan lamang ang nakuhang sagot.

Mapanglaw at malumbay na umuwi siya ng bahay
at kanyang natuklasanpamilya niya ay namatay
dahilan sa matinding gutom ng siya ay umalis
ang kaawa-awa n'yang mag-ina, ito ang sinapit.

Inukit na lamang sa bato ang kanilang pangalan
habang umiiyak na lumugmok duon sa libingan
at ang kanyang hinahanap na mayamang kaluluwa
ngayo'y napagtantong wala palang iba kundi siya.

Sana ay kapulutan ng aral yaring tulang ito
sa lahat nilang nilalang na hangal at ambisyoso
ganid sa isipan ay pawiin magsikap ng todo
dahil palaging sa huli ang pagsisisi ng husto.

14

Sana'y Madama Ko Rin

Marami pang oras na kailangan kong pag-isipan
at mapagwari ng maayos ang mga bagay-bagay
isa-isahin ko ang mga pangyayaring nagdaan
nang kung sa sakali ay wala akong makalimutan.

Marami nang pagtitiis naganap sa aking buhay
kakayanin ko pa kaya ang ito ay madagdagan
'di dapat tumigil dahil malayo na ang nilakbay
para aking mabago itong malungkot kong buhay.

Ano nga bang talaga 'tong tinatawag na pag-ibig
sana'y maipadama mo sa 'kin, nais kong mabatid
sana'y mamalas ko rin ang ligayang nakakasabik
sana ay maramdaman ko rin nang ako'y matahimik

Marahil ay dapat lang na ako muna'y magpahinga
pagtuunan ibang bagay na mayroon ding halaga
ang malaking tanong ay saan nga ba ako pupunta
bahala na siguro sa akin yaring mga paa.

Ano bang talaga ang sinasabi mong pagmamahal
na sa aki'y nagpapahirap nang ganuon na lamang
sana'y ipadama mo sa akin ng tunay na tunay
ng itong buhay ko ay magkaroon ng kaganapan.

15

Hibang

Bale wala sa 'kin kung magdamag man akong magbantay
ang mapagmasdan ka lamang ay ligaya ko ng tunay
nais kong masigurong lagi ang iyong kaligtasan
wala akong hindi kayang gawin sabihin mo lamang.

Malayo man ang tanaw mo at mandin ay nangangarap
wala 'kong pakialam, maghihintay pa rin 'kong ganap
at saan man ako mapadpad walang luhang lalagpak
basta't kasama kita para na akong nasa ulap.

Natatakot akong kapag mga mata ko'y ipikit
at kung ako'y humimlay ay baka tuluyang maidlip
sa aking paggising ay naglaho ka na ng mabilis
ikamamatay ko kung sa akin ikaw ay mawaglit.

Sa tuwi-tuwinang ika'y aking napapanagimpan
bale walang lahat kung sa tabi ko'y wala ka naman
maging panaginip man na kasing tamis ng pukyutan
nais ko pa rin sa tabi mo o aking paraluman.

Huwag ipagkait masilayan ang 'yong mga ngiti
sa araw at gabi man ay makapiling kang palagi
hindi naman kalabisan itong aking minimithi
tunay na hibang ako sa iyo ika'y natatangi

16

Pagsaluhan Natin

Halina't makisali ka sa matunog na tawanan
dahil ang dulot nito'y mas doble pang kaligayahan
at ang tagumpay natin dapat ay ating pagsaluhan
dahil sa ang mga pangarap ay ating nalampasan.

Kapag ang suliranin ko ay suliranin mo na rin
anumang pakiramdam ay tila gumagaang dalhin
at kapag nangyaring sabay tumulo ang luha natin
matapos ang ulan, bahaghari tayo'y sisilipin.

Mga inaabot nating pilit na mga pangarap
wariin mo at tila nagkakatotoo ang lahat
maging mga lihim nating tiniklop ng maingat
sa ating mga puso kaydali nilang nababakas.

At kung sa ating mga labi'y may nasilip na ngiti
tagos ang katotohanang may malalim itong sanhi
ating pagyakap sa isa't isa'y tila natatangi
ang pagmamahalan natin ay kanilang nawawari.

Sa pagsasaluhan ito ng ating mga damdamin
na siyang sandigan ng lahat ng ating saloobin
pagsasamahan nating binuo lalong lumalalim
dahil ako at ikaw hindi kayang paghiwalayin.

Ngayo'y lalong tumitibay ang ating pagsasamahan
dahil ang isa't isa'y lalo pinahahalagahan
anumang nasa atin lahat ng ito'y walang saysay
wala nang ibang dadaig pa sa 'ting pagsasaluhan.

17

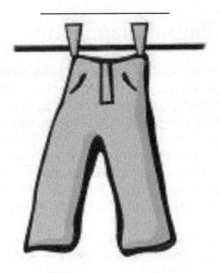

Basang Pantalon

Minsan sa klase nito mga nasa ikatlong grado
isang batang siyam na taong gulang ngalan ay Dario
naramdaman niyang basa ang pantalon niyang bago
at matubig na rin ang sahig na dati'y tuyong-tuyo.

Pagtibok ng puso pakiramdam niya ay titigil
sa nangyayaring ito na hindi na niya mapigil
ngayon lang s'ya nagkaganito kaya't nakakagigil
malaking kahihiyang na sanay walang makapansin.

Bakit kaya nangyari sa akin ngayon ang ganito
dati naman ay matagal pa ay nararamdaman ko
tiyak sa kaklaseng lalaki aabutin ko'y tukso

sa mga babae naman sa aki'y walang kikibo.

Sa mga sandaling iyon ulo niya'y itinungo
at siya'y nagdasal ng taimtim ng taos sa puso
"Diyos ko, ako po sana ngayon ay tulungan ninyo
talaga pong 'di ko na alam ang dapat na gawin ko."

Sa pagtaas ng kanyang ulo nakita n'ya ang guro
sa kanya ay nakatingin at ang ulo'y tumatango
nagkatinginan sila na batid na nilang pareho
kung ano itong nangyayari na hindi nila gusto.

Samantala bigla na lang dumating itong si Susan
dala'y malaking boteng may tubig may isda pang laman
at 'di sinasadya'y boteng dala'y biglang nabitiwan
basang-basa si Dario sa silya na inuupuan.

Nagkunwaring galit na galit si Dario sa nangyari
pero pasasalamat ang sinasabi sa sarili
'Marami pong salamat o Diyos naming tinatangi
sa nangyari ito, iniligtas mo akong mabuti."

Sa nangyaring ito, mga kaklase niya'y naawa
sa pangyayaring buong katawan niya ay nabasa
agad dinala ng guro sa klinika ibinaba
pinagpalit ng damit para hindi na makasama.

Ang mga kaklase nama'y tulong-tulong na naglinis
nang mga nabasang silya at pati na rin ang sahig
napakagandang pakikiramay iyong maririnig
sa nangyaring ito kay Dario, kung kanila lang batid.

Ang masaklap nito, masamang loob ng mga bata
sa kaklaseng si Susan na nakatingin sa kanila
sa kanya ngayon nagagalit ang mga kaeskwela

kung kayat tinawag ng guro na lumapit sa kanya

At nang uwian na, sa malapit sa abangan ng bus
lumapit si Dario kay Susan at kanyang binulungan
"sinadya mo iyon hindi ba? salamat kaibigan"
" kasi nangyari na din sa akin iyon nuong minsan."

18

Ang Guro

Isang linggong singkad na ang Diyos ay naging abala
sa paglikha ng mundo na labis n'yang ikinasiya
kaya't sa ikaanim na araw siya'y nagpasiya
likhain ang lalaki't babae na hawig sa Kanya.

Sa ikapitong araw naman sya ay nagpahinga
'di dahil sa pagod na bale wala naman sa Kanya
gusto lamang kasi Niya katawan ay maging handa
dahil sa ikawalong araw guro'y nais malikha.

Mula sa mga lalaki't babaeng kanyang nilikha
yaring gurong ginawa ay tunay na walang kapara
matatag at matibay mga katangiang dakila
maagang gumising at hatinggabi na kung mahiga.

Tinitiis ng guro ang maghapong init sa klase
kapiling ang mga batang may mabait at salbahe
mga pagsusulit dapat tapusin pa rin sa gabi
sa kinabukasan, may ngiting parang walang nangyari.

Wika ng Diyos, ang guro ay kailangang matapang
subalit 'di dapat mawala mabining pagsubaybay
sa mga alaga niya na laging ginagabayan
kaya nga siya ang kanilang ikalawang magulang.

Mga kamay ng guro ay nilikha Niyang malambot
para mapunasan luha ni Celinang nalulungkot
at aluin silang may mga problemang bumabalot
tulad ni Sonya na sa prom nila ay walang nag-alok.

At binigyan Niya ang guro ng mahabang pasensya
para uli-ulitin ang mga paliwanag niya
unawain sila na laging walang baon na dala
bakit sa pagsusulit maraming bagsak sa kanila.

Mas malaki pa ng bahagya sa karaniwang puso
ang hinulma ng Diyos na puso na para sa guro
upang may magmahal sa tulad ni Dinong sintu-sinto
at maging si Nestor na sa away ay 'di sumusuko.

Malaking pag-asa din ang sa guro ay ibinigay
para matuto ng husto itong si Celso'y magbilang
at sa pag-asang titino si Bonifaciong mayabang
at pag-asang ding sana bukas ay piyesta opisyal.

At matapos nang likhain itong guro ng maigi
sinipat-sipat mandin at pinagmasdan ng mabuti
masayang umupo at sa labi ay may mga ngiti
sa ika-siyam na araw nilikha nama'y niyebe.

19

Ngayon

Ngayon ang pakiramdam ko ay puno ng pagkainis
dahil sa malakas ang ulan at panaho'y masungit
subalit dapat lamang pala ako'y magpasalamat
sapagkat damo'y nadidilig ng libre, walang bayad.

Ngayo'y malungkot ako dahil sa ako'y walang pera
at wala akong mapuntahan dahil walang panggasta
subalit aking naiisip mabuti na rin ito
nang ang kaunti kong kabuhayan ay natitipid ko.

Ngayo'y marami akong reklamo sa aking katawan
bakit ba iba ako sa maganda kong kaibigan
subalit naisip ko dapat ako'y magpasalamat
may buhay pa ako ngayon at malakas na malakas.

Ngayon ako ay may tampo sa aking mga magulang
dahil mga gusto ko nuo'y 'di nila naibigay
subalit ang nanaig sa akin ay ang pagmamahal
dahil sa kanila binigyan nila ako ng buhay.

Ngayo'y umiiyak ako dahil sa ako'y natinik
nitong halaman kong rosas na nasa aking paligid
subalit ano kaya ngayon ang aking madarama
kung tinik na lamang at walang bulaklak na kasama.

Ngayon ako'y nag-iisa dahil walang kaibigan
nagpaalam na siya sa akin at nangibang-bayan
subalit 'di ba ito na ang tamang pagkakataon

na makahanap ako ng mga bagong karelasyon.

Ngayon ay mabigat na mabigat ang aking katawan
dahil sa aking trabaho na dapat ko nang pasukan
subalit 'di ba tama lang na ako'y dapat magdiwang
dahil sa masuwerte ako na mayroong hanapbuhay.

Ngayon ay tinatamad akong pumasok sa eskwela
maghapong sa silya'y maupo, magsulat at magbasa
subalit dito pala mabubuksan aking isipan
upang punuin ito ng iba't ibang karunungan.

Ngayo'y kailangan ko namang maglinis nitong bahay
kahit pagod na ako't patang-pata na ang katawan
subalit malaki ang pasasalamat ko sa Diyos
dahil katawan ko't kaluluwa may bubong na maayos.

Ano kaya naman ngayon ang naghihintay sa akin
dapat ko bang piliin o pasalamatan na lang din
tulad ng isang iskultor ako itong maglililok
nitong aking buhay sa bawa't sandali ng pag-ikot.

20

Isang Batong Bilog

Isang batong bilog itong aking napulot
itinago sa bulsa, sa papel binalot
hinugasang mabuti't inalis ang lumot
binilad sa init ng mawala ang bantot.

Mamula-mula pa man itong kanyang kulay
kung baga sa tao mestisilya ang lagay
ang suwertihin ako, 'to ang kanyang alay
kaya laging kasama saan man maglakbay.

Minsan, suot kong bakya dahil sa luma na
lumitaw na ang pako't masakit sa paa
batong bilog ang naging sagot sa problema
'sang pukpok ko lamang, lakad ko'y maganda na.

Mga papel kong hawak aking ibinaba
sa mesang sulatan sa tabi ng bintana
sa lakas ng hangin nilipad na bigla
batong bilog ko dinagan ko sa kanila.

Maayos palang pabigat 'tong aking bato
sa sulok ng sahig nitong aming banyo
pakanta-kanta pa ng lumabas si Lolo
maganda raw palang panghilod ang uwi ko.

May mga tambay na sa aki'y sumisipol
kung dumadaan sa maliit na kalyehon
huwag luluko-luko't baka magkabukol
batong bilog nakahanda akong ipukol.

Sadyang iniingatan ko'ng bilog kong bato
nang ito ay mahulog sa kalan ni Inso
at pagkaitim-itim ang nangyari dito
natabunan ng uling nang ito'y kunin ko.

Sakapirasong papel aking ipinahid
uling n'yang taglay nais ko sanang maalis
pagka'y gusto kong makita siyang malinis
napamahal na sa akin batong maliit.

Bato kong bilog napulot lamang kita
pero sa akin tunay kang mahalaga
sa 'king mga mata iba ang iyong ganda
kahit pa nga hamak ka sa paningin nila.

Hindi mahalaga kung saan ka nanggaling
niluwa man ng kapre ano man ang sabihin
o maligno daw kayang nagmula sa dilim
marahil sadyang ibinigay ka sa akin.

Iisa lang ang tarok nitong isipan ko
maging ano pa man ang ibigay sa iyo
gamitin sa mabuti at maging totoo
sa lahat ng oras at sa lahat ng tao.

21

Para Sa Iyo

Matagal na ring namang hinihintay-hintay ni Karyo
na dumating ang sandaling siya ay magreretiro
ika niya'y matagal na rin siya ay nagtrabaho
kaya't buo na sa isipan ang kan'yang mga plano.

Sa pagiging karpintero binuhay n'ya ang pamilya
at naitaguyod ng maayos pag-aaral nila
may maayos na tahanan na tama lamang sa kanila
kaya't wala na yata siyang mahihiling pang iba.

Nasabi na rin ni Karyo sa amo 'tong kanyang balak
na magpahinga ng tahimik sa pagdating ng oras
nais niyang makasama ang pamilyang nililiyag
sa munting tahanan na pinagsikapang maitatag.

Sa tinuran ni Karyo, kontratistang amo'y nalungkot
mawawalan daw siya ng trabahador na masinop
subalit wala siyang magawa kundi ang sumunod
sa ninanais ng karpinterong tapat na naglingkod.

Subalit bago tuluyang makapagpaalam si Karyo
ay humiling pa ng isang pabor itong kanyang amo
na sana daw ay isang bahay pa ang kanyang itayo
bago siya lumisan at sa kompanya'y magretiro.

Ang karpinterong si Karyo kahit mabigat sa loob
sa hiling ng amo walang nagawa kundi sumunod
inumpisahan na'ng bahay para nga agad matapos
at nang s'ya din naman ay makapagpahinga ng lubos.

'Di tulad ng dati niyang masayang pagtratrabaho
magaang ang katawan, masigla at maasikaso
mga materyales ngayon binalewala ng todo
matapos lang agad ang bahay ang siyang nasa ulo.

At nang matapos gawain ni Karyo ang huling bahay
agad ininspeksyon naman nitong among mapagbigay
susi ng bahay iniabot kay Karyong mga kamay
"narito ang regalo kong bahay, sa iyong paglisan."

'Di makapaniwala si Karyo sa kanyang narinig
na para sa kanya pala yaring bahay na tinipid
kung alam lamang niya sana'y mahuhusay na gamit
ang kanyang nilagay sa bahay na tinapos ng pilit.

Tunay nga na tayo ang siyang may gawa sa 'ting buhay
ang panghihinayang sa bandang huli mararamdaman
at maibabalik pa kaya ang mga nakaraan
sana kay Karyo'y puwede pa n'yang ulitin ang bahay.

22

Kung Ako Lang Sana

Kung ako lang sana ay naging isang ganap na landas
at ako ang nais mong daan sa 'yong mga pangarap
sa paglalakbay mo aalalayan kitang ng buong ingat
para ang nais mong abutin ay agad mong matupad.

Kung ako lang sana'y naging isang patabaing lambak
at mga punong mayayabong ang dito'y nakalatag
bubusugin ko kayo ng mga bungang masasarap
sa tuktok, kakamayan mo na halos ang alapaap

Kung ako lang sana'y naging isang butil ng buhangin
na iyong tinapakan habang ikaw ay nanalangin
ang humimlay dito ay matamis kong nanaisin
magsilbing ala-ala sa mga nais kang gayahin.

Kung ako lang nga sana ay ang naging haring araw
sisikat ako ng husto hanggang iyong matatanaw
batid kong sa tuwing umaga ako ang hinihintay
upang ang iyong maghapo'y maging ganap na tagumpay.

Kung ako lang sana'y naging isang karaniwang puno
inyong-inyo ang mga bunga na mula sa sanga ko
at bubusugin kayong lahat hanggang sa gusto ninyo
at sa matinding init puno ko'y kakanlungan kayo.

Kung ako lang sana ay naging isang malaking alon
iduduyan k'ta sa lakas ng aking mga daluyong
mabilis kong igagaod ang sinasakyan mong daong
ng madali mong marating ang pulo mong nilalayon.

41

Kung ako lang sana ay naging isang mabining hangin
ang init sa iyong katawan ay aking hahaplusin
amihan man o habagat kung mula naman sa akin
maluwat sa loob mo na ito ay 'yong tatanggapin.

Kung ako lang sana ay nilalang na isang bulaklak
sana sa aking mga buko kayo ay magaganyak
sa aking pagbubuka masasaksihan ninyong tiyak
at mga mata ninyo ay mapapaluha sa galak.

Kung ako lang sana'y nilalang na isang paru-paro
mabigbighani kayong tiyak sa paglipad-lipad ko
makukulay kong mga bagwis tiyak lilingunin mo
lalo na nga at sa iyong balikat ako dadapo.

Kung ako lang sana'y naging isa na lang alapaap
ang makulay na bahaghari maabot mo nang ganap
nalulungkot na mga puso iwawaksi ang habag
tunay na pagmamahalan siya nating ilalatag

Kung ako lang sana ay isang matamis na awitin
bilang isang simponia lagi kitang aaliwin
tatagos sa kaluluwa mo aking mga tugtugin
at tinitiyak kong sadya mong 'tong hahanap-hanapin.

Kung ako lang sana ay naging isang ala-ala
ako na siguro sa lahat ang pinakamasaya
mga sandaling sa isipan mo'y hindi mabubura
bagkus hanggang sa 'yong pagtanda ako pa rin ang bida.

Kung ako lang sana ay isang pangkaraniwang hiling
ako na yata marahil ang s'yang pinakamalambing
at kung mayroon pa man na nais mong dinggin
natitiyak kong ibibigay sa 'yo, 'yan ay darating.

23

Bilanggo

Napakadilim ng paligid wala akong makita
sa loob nitong kuwarto ako lamang na mag-isa
wala akong nadidinig, walang amoy ng hininga
lubhang napakatahimik, mandi'y nakapanghihina.

Tanging kapirasong silahis ng mainit na araw
sa sira naming dingding ang nakalusot, nakadungaw
sa katahimikang ito iyon lang ang aking natatanaw
nasaan na baga ako, nais ko pa ring mabuhay.

Ang ako ay malayo'y 'di ko pala kakayanin
mawalay sa mga mahal ko'y hindi ko nanaisin
sa ganitong kalagayang tigib ng dusa't hilahil
na mistulang bilanggo buhay ko ay inyo nang kitlin.

24

Ang Mundong Tahimik

Kapag yaring mga mata ko ay aking ipinikit
tunay na kay sarap pakinggan yaring buong paligid
ni isang patak ng hininga ay walang maririnig
ito ang tunay na paraiso, ang mundong tahimik.

Kapag yaring mga mata ko ay aking ipinikit
gunitain ko lamang mga pamilyang nagniniig
masaya silang nagsasama sa bahay na maliit
at bawa't isa sa kanila ay may pusong malinis.

Kapag yaring mga mata ko ay aking ipinikit
sa isipa'y pagmasdan ang mga batang maliliit
marahil sila ngayon nagpapahinga ng tahimik
dahil sa nasubuan na ang kanilang mga bibig.

Kapag yaring mga mata ko ay aking ipinikit
maipaalala muna sa isipang nawawaglit
na ang mundo natin ito ay hindi naman masikip
at ang kalikasan sa atin ay hindi nagkakait.

Kapag yaring mata ko ay aking ipinikit
sana ay wala ni isa mang tatanggap ng paglait
itong ating inang mundo na sobrang napakabait
at lahat ng nilalang, atin silang mga kapatid.

Kapag yaring mga mata ko ay aking ipinikit
kapatawaran sana ang siyang maging bukambibig
ng lahat ng naaapi na pawang naghihinagpis
at maging sa kanilang puso ito rin ang manaig.

Kapag yaring mga mata ko ay aking ipinikit
sana'y kahit isang hibla lang ng liwanag ng langit
sa bawat kaluluwa sa kanila ito'y dumaplis
nang matigil na ang mga hidwaan at pagngingitngit.

Kapag yaring mga mata ko ay aking ipinikit
sana'y laging sisikat ang araw sa buong daigdig
madama ng bawa't nilalang ang tamis ng pag-ibig
at mawala nang tuluyan ang mga hangal at ganid.

25

Magandang Malaman Mo

Magandang malaman mong matibay ang inyong samahan
na kayo pa rin palagi umaraw man o umulan
na anuman ang mangyari hindi ka niya iiwan
sa 'yo pa rin s'ya iwanan man ng mga kaibigan.

Magandang malaman mong ikaw ay laging may karamay
kapag may darating sa buhay na mga kasawian
nariyan siya 'di dahil siya'y iyong kaibigan
kundi dahil sa nais niya na ikaw ay damayan.

Magandang malaman mong kanya palang nagugustuhan
ang iyong mga ginagawa kahit mumunting bagay
mga titig at ngiti mo, kanyang nauunawaan
'di mo man ibuka ang bibig, kanya na itong alam.

Magandang malaman mo na mula sa simpleng nilalang
ay sabihin niya sa 'yong ikaw pala'y kanyang mahal
at kung tanungin mo siya, bakit, ano ang dahilan
wala man siyang maisagot, 'di niya 'to kasalanan.

Magandang malaman mo na siya'y nagpapasalamat
dahil sa kanyang buhay, katauhan mo ay namalas
anuman ang dahilan at nagkurus ang inyong landas
tadhana ang maygawa kaya pasalamat sa lahat.

Magandang malaman mo na kung ika'y sumusuko na
mayroon palang balikat na nakalaang magdala
ng iyong mga kalbaryo dahil sa mahal ka niya
at sa pagmamahal na 'yon kaya lumalakas siya.

Magandang malaman mong nakahanda siyang magtiis
para sa ikaliligaya't ikaluluwag ng dibdib
inihahandog sa 'yong lahat ang tamis ng daigdig
makita ka lamang niyang maligaya't walang hapis.

Magandang malaman mo na kahit magkalayo kayo
ikaw pa rin ang laman ng isipan niya at puso
at kahit na ngayong nasa malayo pa siyang dako
puno ng pananabik sa muling pagkikita ninyo.

Magandang malaman na kapag kayo ay magkasama
hindi kayang sukatin kung gaano kayo kasaya
gaano man kababaw ang biruan sa isa't isa
basta't ang magkapiling kayo, iyan ang mahalaga.

Magandang malaman mong nasa isip n'ya ang bukas mo
kahit sa mga sandaling wala siya sa tabi mo
mahalaga sa kanya bawat sandaling tulad nito
ang samo lang niya, sana siya ay makasama mo

Magandang malaman mo na tanggap niya kung sino ka
walang mga pagkukunwari at wala ring maskara
puwede kang malungkot at puwede ka ring masaya
dahil pag-asa't tiwala ang nananaig sa kanya .

Magandang malaman mong walang dudurog ng 'yong puso
at kung magkaganoon man, pupulutin niya ito
pagdidikit-dikiting lahat para muling mabuo
siguro 'di tulad ng dati, pero 'to'y para sa 'yo.

Magandang malaman mong gusto niyang maramdaman mo
na ang lahat ng pagsisikap niya'y para sa iyo
hindi man ito marinig ng lahat sa buong mundo
ang mahalaga ay naiparamdam niya ng husto.

26

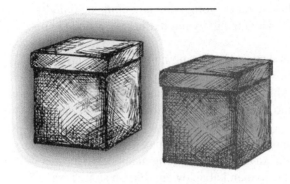

Dalawang Kahon

Sabi ng Diyos hawakan ko itong dalawang kahon
at sa itim na kahon kalungkuta'y duon ibaon
at sa gintong kahon nama'y magagandang alaala
ang aking ilalagay upang lagi akong sumaya.

Katulad ng isang batang masunurin sa magulang
sinunod ko ang tagubilin ng Panginoong mahal
ang mga sandaling tigib ng ibayong kalungkutan
itong itim na kahon ang siya ko ngang pinagsidlan.

At sa isa pang kahon na ang kulay naman ay ginto
maliligayang sandali ay duon ko itatago
mga kahong hinabilin lagi kong pinagmamasdan
may ibig sabihin kaya 'to sa aking katauhan?

Subalit napansin ko sa pagdaan ng mga araw
itong kahong kulay ginto ay bumibigat ang timbang
subalit kahong kulay itim ay walang pagbabago

katulad pa rin siya nuong unang mahawakan ko.

Nasabik akong malaman kung ano ba ang dahilan
kaya't nagpasiya akong ang kahong itim ay buksan
subalit sa aking natuklasan ako ay nagulat
kahong aking binuksan ang ilalim pala ay butas.

Nasaan na nga ba itong aking mga kalungkutan
nawala na nga silang lahat sa kahong pinagsidlan
kung kaya't aking tinanong ang mahal na Panginoon
"nariritong lahat sa akin" ito ang kanyang tugon.

Kaya't tinanong ko kung bakit ibinigay sa akin
yaong dalawang kahon na iyo't aking pagyamanin
wika Niya'y ang ginto'y para sa 'yong mga biyaya
at ang itim naman ay para sa mga pagdurusa.

Biyaya ng Diyos sa 'yo ang 'yong mga kaibigan
kung kaya't mamahalin mo sila ng tunay na tunay
ipabatid mo sa kanila ang iyong nadarama
kaligayahang lubos-lubos ito ang dulot nila.

Tulad nitong isang bolang bilog na walang simula
wala rin s'yang katapusan o dulong kayang makakapa
subalit may kayamanang sa loob ay nakatago
hanapin at pagyamanin at tiyak makikita mo.

At katulad rin iyan ng pagmamahal mo sa Akin
na palagi mong dinidilig ng mga panalangin
ang mga kaibigan mo ay huwag kaliligtaang
diligin mo din ng pagmamahal sa lahat ng araw.

27

Abutin Ang Tagumpay

Inaapi ka 'ika mo? Hindi ka nagkakamali.
Sabi mo ikaw ay talunan? Bakit nga ba ang hindi.
Akala mo'y 'di ka mananalo. Isipa'y iwaksi
Makakasiguro ka, na kami ay iyong kakampi.

Tiyak na talo ka nga kung akala mo ika'y talo
dahil sa masyado nang magulo itong ating mundo
subalit ang tagumpay ay magsisimula sa iyo
at sa iyong kaisipan diyan siya mabubuo.

Kung inaakala mong daig ka nila, tama ka nga
kaya sige lumipad ka't abutin ang mga tala
sabihin sa sarili na hinding-hindi ka bababa
hanggang sa ang pugad ng tagumpay ay iyong makapa.

Ang pakikipagsapalaran ay palaging nandiyan
at wala itong pinipili maging sino ka pa man
kaya walang nararapat gawin kundi ang lumaban
upang maabot ang pangarap sa tuktok ng tagumpay.

28

Halina

Halina at atin nang sindihan ang mga kandila
at ng magkaroon ng liwanag itong ating bansa
pagmasdan ang ganda ng paligid at tiyak mamangha
wala itong kawangis at walang dapat mangungutya.

Sa halip nating kamuhian ang dilim sa paligid
hindi ba't mas makabuluhan na alamin kung bakit
dahil kailangan ng mundo ang lakas at pag-ibig
kaya mo, kaya ko, o bakit natin ipagkakait?

Halina at ating tingnan, ano nga ba ang mayroon
huwag ipagdamot at hayaan na lang na mabaon
isiping ito'y magbubunga pa at lalong yayabong
maraming makikinabang pati na apong si Miong.

Hindi nga ba't paminsan-minsan pagkain ay madalang
o bakit hindi magtanim sa halip na magsisihan
nariyan naman ang lupang sa atin ay ibinigay
pagyamanin, bungkalin huwag hayaan bumuwangwang.

Sa liwanag na idinudulot ng iyong kandila
mga butong inihasik at halamang ipinunla
aanihi't pakikinabangan mga taong madla
ang ating mga apo maglalakihang maginhawa.

29

Humiling Ka

Tumingala ka sa itaas masdan ang kalangitan
magbaka sakaling kang ikaw ay muling mapagbigyan
ng kahit isa pa sana na huling kahilingan
upang iyong mapagbuti itong natitirang buhay.

Harinawa ang bulalakaw sa iyo'y magpakita
at ang iyong saloobin masabing lahat sa kanya
mabigyan-buhay sana ang nawawala mong pag-asa
sa kinahinatnan mo dito sa masikip na selda.

Ng dahil sa masamang bisyo na 'yong kinabaliwan
nasadlak ka dito sa isang madilim na kulungan
kahalubilo mo'y malayo din sa kanilang mahal
kanilang alaala tanging sa iyo'y bumubuhay.

Napakasarap ang mabuhay kasama ng pamilya

magbiruan at magtuksuhan na walang patumangga
mangarap kahit gising kasama ng iyong barkada
at maglakbay sa ibang bansa lalo na kung may pera.

Sayang at naging marupok ka sa labanan ng buhay
sa mga kasama mo dito dapat maging matibay
tanging kalendaryo na lamang ang iyong matitigan
hintayin ng mahinahon araw ng 'yong kalayaan

30

Ang Kanyang Tinig

Malakas, maliwanag, hindi mo baga naririnig
sa aki'y nagpapatatag ang kanyang mga tinig
nakakawala ng pangamba at pati na ng nginig
halika't dinggin, pakinggang mabuti aking kapatid.

Naririnig ko ang kanyang malumanay na pagtawag
ang tanging nais niya ako ay hindi mapahamak
sa sinumang naghahangad na sa akin ay magtulak
sa mga patibong sa daan na aking tinatahak.

Totoong naging mahina ako sa maraming bagay
naging makasarili nakalimutan kong magbigay
mayroong mga taong hindi ko pinahalagahan
kung kaya't tinig niya ngayon sa aki'y pumupukaw.

31

Sana Ay Kaibigan Kita

Nais ko sana ay maging kaibigan kita
dahil ang hangad ko ay hindi naman ang pera
kundi ang mabuti't taos mong pakikisama
sa mga nangangailanga'y makatulong ka
at nakahandang iabot kamay mo sa kanila
sagipin sa laot ng mga pagkakasala.

Nais ko sana ay maging kaibigan kita
dahil 'di katanyagan ang aking sinasamba
bagkus pa nga ay ang tunay na pakikisama
sa mga pagkakamaling ako'y nadadapa
handang iahon ako mahulog man sa lungga
na mayroong ngiti't maaliwalas na mukha.

Nais ko sana ay maging kaibigan kita
sapagkat talos ko na mayaman ka talaga
puno ka ng karunungan at hindi ng pera
maibahagi sa'min kaalaman mo sana
ituturing namin 'tong kayamanang minana
na sa ami'y walang sinumang makakakuha.

55

32

Isang Basong Gatas

Sa araw-araw na lang yata na ginawa ng Diyos
itong batang si Totoy 'di na nakitaan ng pagod
katwira'y dapat na kumita kaya panay ang kayod
nagtitinda sa bahay-bahay ng siya'y makaimpok.

Ang tanging nais niya'y makatapos sa eskuwela
mabuhay ng maayos at ng makatulong sa kapwa
kung kaya't walang tigil siya sa kanyang pagtitinda
umulan man o umaraw hindi niya alintana.

Nang araw na iyon ay gutom ang kanyang naramdaman
tila nag-aaway na ang bituka sa kanyang tiyan
dumukot sa bulsa niya at para pera ay tingnan
isang peseta lamang pala ang natitirang yaman.

Dahil sa 'di na n'ya makayanan dinadalang gutom

nagbabakasakaling kumatok humingi ng tulong
isang simple at lumang bahay itong kanyang tinunton
kumatok sa pinto sabay ang dasal sa Panginoon.

Ang nagbukas ng pinto ay isang babaeng maganda
at sa pagkagulat tila naudlot ang kanyang dila
sa halip na humingi ng pagkain na kanyang sadya
tubig na lamang ang nasabi sa kanyang pagkabigla.

Subalit ang matinding gutom nabakas ng babae
kung kayat 'sang basong gatas ang binigay sa lalake
dahan-dahang namang ininom gatas na isinilbi
hanggang sa mahimasmasan ng husto ang gutom na
pobre.

Matapos makainom tinanong niya kung magkano
ang halaga nitong gatas na sa kanya ay inalo
sagot ng babae'y "wala kang utang sa akin iho,
turo ng magulang ko'y maging mapagbigay sa tao".

"Kung ganoon po'y maraming salamat," kanyang nawika
at saka siya nagpatuloy sa kanyang pagtitinda
magaan ang kalooban at may laman na ang bituka
nagpasalamat sa Diyos wala siyang kasinsaya.

At maraming pang mga taon ang matuling lumipas
naging mahina na ang babaeng nagbigay ng gatas
minsa'y nakaramdam ng sakit na halos mangi-ngiyak
kaya't siya'y isinugod sa pagamutan kaagad.

Nagkaroon ng pag-aalala doktor na tumingin
kung kaya't nirekomendang sa lunsod na siya dalhin
'sang espesyalista ang inatasang siya'y suriin
upang sakit agad malunasan at agad gamutin.

Isang doktor agad ipinatawag ng pagamutan
siyang kinunsultang mabuti tungkol sa karamdaman
nitong babaeng ngayo'y nasa bingit ng kamatayan
kailangan ang lunas para sa kanyang kaligtasan.

Nabanggit sa doktor kung taga-saan itong pasyente
at waring isang kislap ang sa ala-ala'y sumagi
kapagdaka tumayo at sa pasilyo'y nagmadali
at tinunton ang kuwarto na sa kanya ay sinabi.

Nakasuot ng unipormeng pumasok sa kuwarto
pasyente'y tulog subalit nakilala n'ya agad 'to
inalam kaagad ang sakit at sinuri ng husto
kailangan s'yang mailigtas,itong kanyang pangako.

Sa tulong ng Diyos pasyente'y nailigtas ang buhay
at sa kanyang pag-aalaga ay gumanda ang lagay
ngayo'y magaling na't malakas at malayo sa hukay
maaari na raw umuwi't magpagaling sa bahay.

Hiniling ng doktor na makita muna ang resibo
kanyang munang binasa't sinulatan ang gilid nito
inilagay sa sobre at maayos na sinarado
bago ibigay sa pasyente nasa kanyang kuwarto.

Matagal na sandali bago mabuksan yaring sobre
"baka napamahal ang gastos", wika ng pasyente
"marahil ay habambuhay na lang akong magsisilbi
upang mabayaran ko lamang ang gastos na malaki."

At nang mabuksan ang sobre'y napansin niya kaagad
na sa gilid ng resibo ay mayroong nakasulat
marahan n'ya itong binasa at anong laking gulat
"Bayad na ang lahat at may isang baso pa ng gatas."

May pirma ng doktor, si Totoy na kanyang pinainom
ng isang basong gatas nuong ito ay nagugutom
tumutulo ang luha, mata'y sa liham nakatuon
pasalamat sa Diyos sa itaas, 'di na maputol.

Tumutulo man ang luha walang tigil na nagdasal
sa pangyayaring naganap na 'di makakalimutan
ang mahalagang turo ng kaniyang mga magulang
na mahalin mo ang iyong kapwa na walang sukatan.

Kasabihan na nga na anupaman ang iyong gawin
babalik at babalik sa iyo 'di mo man naisin
at kung hindi man ikaw ang tiyak na siyang hagipin
maaaring malapit sa iyo ang kanyang salangin.

33

Nang Dahil Sa Iyo

Nang dahil sa iyo nagkakulay ang aking daigdig
nagliwanag na rin ang dating makulimlim na langit
halaman ay nabuhay at naging rosas ang paligid
sana naman sa aking tabi'y juwag ka nang umalis.

Nang dahil sa iyo nakausap ko ang mga bituin
at kawangis mo rin sila na may kakaibang ningning
masigla kung nakikipaglaro sa hihip ng hangin
walang pakialam anumang hialahil na darating.

Nang dahi sa iyo naging malambing ang musika
nanunuot sa kaibuturan bawa't isang nota
sabay kumpas ng sanga na siyang tiklado ng alpa
at sa ating pag-awit sana'y huwag nang matapos pa.

Nang dahil sa iyo ngayo'y masdan mo't nakangiti
sa bawat araw na dumarating maganda ang bati
sana ay wala nang katapusan ang bawa't sandali
liwanag at ligaya lang ang sa atin ay maghari.

Nang dahil sa iyo hayan muli akong nagkabuhay
walang sawang nananabik sa bagong bukang-liwayway
sana'y wala nang katapusan ganitong pakiramdam
nang dahil sa iyo naparam at pumanw ang lumbay.

34

Aking Pabaon

Malakas ang kanyang mga katok sa aking pintuan
nadama ko kaagad bigat ng pangangailangan
at sana'y ibayong tapang ngayon ako ay mabigyan
at ng aking kaibigan akin namang matulungan.

Sana ay mapakinggan nitong aking mga tainga
at makita ring mabuti nitong aking mga mata
daing at hinagpis ng puso tunay niyang problema
ang siya ay matulungan tunay kong ikasisiya.

At nakahanda akong ibigay sa kanya ang lahat
pagkalinga't pagmamahal kung ito ang nararapat
bagkus tunay ko pa nga itong ipagpapasalamat
at sa iyong tulong walang hindi tayo matutupad.

Kung sakaling matapos na itong ating pag-usap
sana'y pagkalooban ka pa mga biyayang ganap
madama mong tunay ang init mula sa itaas
sapagkat dito manggagaling lahat ng iyong lakas.

Ito ang pabaon ko sa 'yo mahal kong kaibigan
kailanma'y huwag bibitaw sa Kanyang mga kamay
Siya ang liwanag na sa iyo'y palaging tatanglaw
manalig kang hindi magsasawa magpakailanman.

35

Mapupulang Labi

Mapupulang labi, ano ba ang tunay mong mensahe
sa likod ng kulay mayroon ka bang ikinukubli
sadya bang nais mo lamang ang maging mapang-akit
at madampian kang lagi ng matamis na halik.

Mapupulang labi mayroon kang hatid na misteryo
sa mga anak ni Adan kung ano'y hindi ko tanto
naguguluhan ako danga'y balot ka ng hiwaga
katulad kang talaga ng mapang-akit na diwata.

Mapupulang labi palagi kang laman ng isipan
anumang gawin nakaukit pa rin ang 'yong larawan
mananatiling buhay ang makamundo mong kulay
at isang palaisipan ang kariktan mong taglay.

36

Isang Linggo

Hindi ko makalimutan isang araw ng piyesta
tayo ay nagkakilala isang Lunes ng umaga
at nagtulong tayong gumawa ng mga banderita
Martes nuon, walang pagsidlan ang puso ko sa saya.

Nagkasabay tayo nuong Miyerkoles sa Baclaran
panata ko na itong minana sa aking magulang
nagtirik ako ng kandila sabay ng aking dasal
mahalin sana ako ng babaeng napupusuan.

Araw ng Huwebes ako ay inutusan ni Inang
sa palengke ay pumunta't kailangan ng panigang
sa aking pag-uwi'y bumuhos ang malakas na ulan
nakita mo ako't isinukob sa payong mong dilaw.

Hindi ako dinalaw ng antok ng gabi na iyon
sa susunod na araw isipan ko ay nakatuon
sa anyaya mong Biyernes sa inyo ay pumaroon
salo-salo sa kapatid mo na gumradweyt kahapon.

Hindi na ako nakatiis kaya nuong Sabado
lakas loob akong umakyat ng ligaw sa bahay ninyo
sobra ang saya ko nang ibigay mo ang iyong "oo"
at magkasama tayong nagsimba ng araw ng Linggo.

37

Sa Iyo, Anak

Minsan anak iyong subukang lingunin ang nagdaan
tanawin mong mabuti mga bagay na nakaraan
maganda man o hindi tiyak mayroong natutunan
mhalin mo ang mga aral at itago sa kaban.

Batid kong maraming pangyayaring nuon ay naganap
subalit ngayon hayan ka na diploma ay natanggap
katunayan lamang 'yan kung gaano ka kasipag
na pilit mong inabot ang inaasam na pangarap.

Mga balakaid na nasalubong sa gitna ng daan
ay iyong iwaksi na lamang sa iyong isipan
sa iyong ginawa, hayan ka na at iyong pagmasdan
anak, mahal kita, tunay ka ngang dakilang nilalang.

Marami pang bagay ang nakaguhit para sa iyo
dahilan iyan kung bakit ngayon ikaw ay nandito
hayan silnag mga nangangailangan ng tulong mo
huwag mo silang biguin sa akin ay ipangako.

Walang katapusang gawain ang paggalaw sa mundo
may magagalit sa iyo may matutuwa ng todo
at masarap sa kalooban ang magbigay ng husto
kung kaya nga't malaking puso ang naging biyaya mo.

38

Nais Kong Bumalik

Sang matinding tinig ang sa aki'y bumabagabag
na sana'y madalaw ko naman bayan kong nililiyag
malaking pasasalamat kung ito ay matutupad
sabik rin naman akong masilayan ito ng ganap.

At unti-unti nang naglayag yaring aking isipan
sa malayong dako duon na s'yang aking kinagisnan
isang tahimik na lugar na aking kinamulatan
puno ng alaalang 'di maaaring kalimutan.

Subalit ang mga paa ko'y hindi kong maihakbang
sa nais kong marating wari akong nahihirapan
sa kadenang nakagapos hindi ako makagalaw
tanging sa pangarap lamang ako nakakagulapay.

Lumipas ang mga oras sa aking pagkakaupo
gunita ng bayan ko ay masaya kong binubuo
sinilangan kong lugar bakit para ka nang naglaho
masdan mo ako ngayon tila 'sang hamak na bilanggo.

Susubukan ko ang maglakbay sa liwanag ng buwan
sa sandaling ito, sinag niya ang magiging gabay
sasamantalahin ko'ng sandali ng katahimikan
na ang tanging kaulayaw ay mga huni sa daan .

Masdan ang damong mahamog kumikislap sa paligid
tila bagang mga talang nagsipagbaba sa langit
kaya nga at walang dahilan upang ako ay mahindik
sa paglalakbay kong ito na matagal nang ninais.

Gugunitain kong muli ang bayan kong sinilangan
ang natatanging lugar na aking pinakamamahal
walang na siyang kapara mapa-alin pa mang lugar
hinding-hindi ko ipagpapalit sa anumang bagay.

Nais kong gunitain mga karanasang magaganda
kaya sandali kong ipipikit yaring mga mata
maliwanag pang lahat matatamis na alaala
walang ni sinuman ang dito ay makapagbubura.

Nadarama ko pa rin hanggang ngayon simoy ng hangin
sa aking mga pisngi sa tuwing siya'y humamaging
maging init ng araw sa tanghali iba ang dating
at amoy ng luto ni nanay na paksiw na ayungin

Maliwanag ang bawa't sandali ng aking lumipas
mga ligaya't lungkot naririto sa aking palad
sa isang panaginip nadarama ko ang lahat
kasiyahang dulot sa aki'y wala ng kasinsarap

39

Pula

Pula ang nakita kong kulay ng ako ay magising
matatamis na ngiti't mga salitang malalambing
mula sa mga magulang kong nag-alaga sa akin
walang sawang pagmamahal sa akin ay itinanim,

Pula ang mga rosas na handog ng aking pag-ibig
malasutlang talulot kung hawaka'y nakasasabik
pakiramdam ko baga ako ngayon ay nasa langit
kapiling ko ay mga anghel na nagsisipag-awit.

Pula ang kulay ng walang tigil nating kasayahan
sa ating mga Pinoy tatak ng pagkakapatiran
maliit ka man o malaki, mahirap o mayaman
dadamayan kita anumang oras mo kailangan.

40

Natatandaan Mo Pa Ba?

Tanda mo pa ba ng ikaw ay una kong makilala
patpatin ang katawan mo at mukha ka nang tutumba
mahaba ang 'yong buhok balbas ay nag-uumpisa na
ni hindi ka nga makatingin sa akin ng deretsa.

Ang hindi mo lang alam ako naman ay nagangatog
para bang itong mundo ay wala ng tigil ang ikot
mga mata mo'y walang kurap sa 'kin lang nakatutok
anong tama ng kandila na malapit nang maupos.

At ng iyong sabihin sa 'kin ang buo mong pangalan
galaw ng iyong mga labi ang aking napagmasdan
sa pagkakatayo para baga akong matutunaw
ngayon lang nangyari sa 'kin ang ganitong pakiramdam.

Nakipagkilala ka sa akin kamay ay inabot
kasabay pa ng iyong mga titig na malalapot
napansin ko ang mga biloy sa pisngi mong malambot
ang mga tagpong ito tila ayaw ko nang matapos.

At pangalan mo pa lamang ang siyang aking narinig
walang halong biro sadyang ako'y tunay na kinilig
sa aking mga tainga ito'y walang kasingtamis
marahil nga'y 'to na ang sinasabi nilang pag-ibig

Tinitigan mo ako at wala kang kakurap-kurap
sa aking palagay ang isipan mo ay naglalakbay
at sa sandaling yaon parang gusto ko nang mamatay
ikaw na nga siguro ang Adonis kong hinihintay.

68

41

Punong Kawayan

Sobra na ang iyong taas kaibigan kong kawayan
halos ay mahalikan mo na sina araw at buwan
mga ibong naglipana sa ulap iyong kaulayaw
masayang naglalaro sa simoy ng hanging amihan.

Kung ano ang taas mo s'ya naman liit ng iyong dahon
matutulis, waring tinuturo ganda ng panahon
kilatis may magaspang may silbi rin siyang abuloy
laruan siya sa mga hamak na tulad ni Totoy.

Kay sarap haplus-haplusin ang makinis mong katawan
matipuno't matatag at walang takot sa sinuman
'di nga ba't ikaw ang aming tanod sa mga gahaman
na ang nais ay maminsala sa 'ming katahimikan.

42

Magandang Araw Po

Magandang araw po --- ang bati nina Totoy at Ninay
magandang araw naman, sagot nina tatay at nanay
sa opisina man at sa bahay ito din ang batian
nakakagaan ng katawan at masarap pakinggan.

Salitang madaling bigkasin at magandang madinig
mula sa kahit sinong ang hangad ay kanais-nais
may sayang idinudulot sa mensaheng sinasambit
ang pagpapala ng Diyos, sa iyo nawa'y sumapit.

Mula sa pagkabata ay kinagisnan ko na ito
mga katagang pagbati na turo ng magulang ko
maging sa paaralan sinasabi ng mga guro
siya naming natutunan sampu ng aking kalaro.

Sa pagbating ito ay nais ko lang ipaalam
ang nais ko lamang sabihin ay mabubuting bagay
hindi 'to mahirapmakamit magsumikap ka lamang
at natitiyak ko na makakamit mo ang tagumpay.

Tanging payo ko lang ay huwag panghinaan ng loob
sisikat muli ang araw kahit mamaya'y lulubog
sa matiyagang sikap at budhing 'di mapagimbot
ang iyong mga minimithi siguradong maaabot.

43

Huwag Ka Nang Lumayo

Muli ko na namang namalas ang iyong kagandahan
na sa maraming taon ay aking kinasabikan
at muli ring nabuhay yaring matmlay kong katawan
salamat at napagbigyan 'tong taos puso kong dasal.

Matagal na panahon rin namang ako ay nanabik
masilayang muli ang ganda mong walang kasingrikit
tunay na nag-iisa ka lamang at walang kawangis
sa kagandahan at ugali bituin kang marikit.

Huwag mo na sanang isipin sa akin ay lumayo
sa aking paningin pakiusap ay huwag maglaho
wala nang magiging saysay pa ang tibok nitong puso
kung wala ka rin naman, ang mundo namin ay guguho.

44

Sampung Tanong Ng Diyos

Hindi kailanman itatanong ng Diyos sa iyo
kung ilan bang lahat ang mga naging kaibigan mo
ang mahalaga sa Kanya ay kung ilan sa kanila
ang nagturing na ikaw ay kaibigang kang talaga.

Hindi itatanong ng Diyos ang iyong naging kotse
at kung paano mo nakaya na ito ay mabili
ang nanaisin niyang malaman ay ilang bang tao
na walang pamasaheng 'yong naisakay sa kotse mo.

Hindi itatanong ng Diyos ang laki ang 'yong bahay
kung gaano ito kaganda at gaano katibay
ang mahalaga sa Kanya ay ilan ba sa kanila
ang iyong pinatuloy ng buong pagpapapahalaga.

Hindi itatanong ng Diyos kung ilan ang damit mo
at kung saan-saan mo isinuot ang mga ito
ang Kanyang itatanong sa 'yo pagdating ng panahon
ilan nga ba sa kanila ang dinamitan mo nuon.

Hindi itatanong ng Diyos ang laki ng 'yong sahod
kung gaano kataas na ang puwesto mong naabot
ang gusto Niyang malaman ay ang iyong katapatan
sa mga kasamahan at sa kompanyang pinasukan.

Hindi itatanong ng Diyos kung ang iyong titulo
at kung sino-sinong tao ang nakahalobilo mo
ang kanyang itatanong ay kung naging totoo ka ba
sa mga taong nangangailangan ng 'yong kalinga.

Hindi itatanong ng Diyos kung saan ka tumira
kung mayaman o mahirap ba ang iyong mga kasama
gusto Niyang malaman mabuti ka bang kapitbahay
sa mga nangangailangan ikaw ba ay nagbigay.

Hindi itatanong ng Diyos ang kulay ng 'yong balat
kung ano ang lahi mo at saang lugar ka nagbuhat
ang itatanong Niya ay ano ang nasa loob mo
at ang tunay na uri ng iyong buong pagkatao.

Hindi itatanong ng Diyos bakit nga ba tumagal
ang pagtawag mo sa Kanya at ngayo'y nangungumpisal
duon sa kalangitan masaya ka N'yang aakayin
at hindi duon sa lugar na mainit at madilim.

Hindi itatanong ng Diyos kung kanino mo sinabi
at sinu-sino ang nakabasa na nitong mensahe
huwag kang nang mag-alala dahil sa alam na Niya
sa halip ay matuwa ka dahil nakatulong ka pa.

45

Bumalik Ka Ulan

Naririnig ko na ang tilamsik ng iyong mga patak
malamig at matamis na halik ang iyong katumbas
sa lupa man o halaman, sa bukid na bitak-bitak
masaya kami't bumalik ka na, maraming salamat.

Nalilibang ako habang ikaw ay pinagmamasdan
at sa itaas tinatanaw ko ang iyong pinagmulan
maraming bagay kang nais sa amin ay ipaalam
ang pagmamahal mong tunay sa buong sanlibutan.

At sa maraming suliranin, pag-asa ang hatid mo
wala kang itinatangi kapatid man o katoto
dadalaw ka sanang palagi, huwag kang magtatampo
dahil marami kaming laging naghihintay sa iyo.

46

Ang Mga Kamay Ko

Narito ang mga kamay ko't nakahanda kang abutin
saan mang banging kasasadlakan agad kitang kukunin
'di magdadalawang-isip ang ikaw ay aking sagipin
sampung buhay ko man ay itataya magpahanggang
libing.

Narito ang mga kamay ko na sa iyo ay gagabay
sa mga sandali ng kawalan lung iyong kailangan
huwag kailanman mag-atubiling ako ay tawagan
at hinding-hindi mangyayari ang ikaw ay iiwanan.

Narito ang mga kamay ko na handa kang ipagtanggol
sa anumang unos at pagsubok sa ati'y sasalubong
hahamakin ang lahat at kailan ma'y hindi uurong
manalig ka mahal ko Diyos ang sa atin ay tutulong.

47

Usapang Paru-Paro

Kahapo'y mayroong umaali-aligid sa akin
isang paru-parong kayrikit na nanunukso mandin
paikot-ikot siya sa aking kinaroroonan
at kung saan man siya nagmula ay hindi ko alam.

Lumipad ng paitaas at maya-maya'y bumalik
at umikot-ikot sa akin at marahang lumapit
at marahil ay nais din niya na kanyang marinig
ang tunay kong damdamin mula dito sa aking bibig.

Wika ko sa kanya sana ako rin ay makalipad
at makadapo at mahagkan yaring mga bulaklak
nang ang malawak na halamanan ay aking mamalas
subali't di ko magawa dahil wala akong pakpak.

Sadyang hindi ko magawa na ikaw ay 'di pagmasdan
habang ang makukulay mong pakpak 'yong ikinakampay
hindi mo alintana init at sikat nitong araw
mabusog lang ang sarili ng matatamis na nektar.

Nilalang akong pinagkalooban ng mga paa
makalakad sa daan kahit saan ay makapunta
sa kung saan mang lugar mabubuhay ng masagana
at pagyamanin ko ang kalikasang ipinamana.

Pakpak ako'y wala subalit mayroong mga braso
na sa akin ay kaloob upang makapagtrabaho
mga biyaya sa paligid dapat bubungkalin ko
magandang kinabukasan ang iaalay sa mundo.

Wika ni paruparo sana siya'y nakakalakad
dito sa lupang mayaman na sadyang napakalapad
sa malawak na putikan mga paa ay ibabad
magtampisaw sa tubig kapag umulan ng malakas.

Sana ay tulad mo maabot ko din ang aking ilong
mahaplus ng mga kamay mga halamang mayabong
makayuko ako sa lupa at magpagulong-gulong
hindi kakayanin nitong mga pakpak na malutong.

Ano nga kaya't ako'y magkaroon ng mga paa
at ng marating ko't malangoy ang malawak na sapa
kaya lang baka naman 'di maging masaya si Alah
kaya kuntento na ako sa mga pakpak kong dala.

Masaya na kaming nagkanya-kanya ng aming landas
magkahiwalay na daan masigla naming tinahak
pareho kaming sa ginawa ng Diyos ay naganyak
sa magkaibang paraan kami ay nagpasalamat.

48

Hanapin Natin

Hanapin natin ang sagot sa maraming katanungan
dito sa ating tabi sa ating kinaroroonan
kung dumilat kaya tayo ay ating matatagpuan
marahil 'yan ang nararapat hindi ba kaibigan?

Hanapin natin ang lunas sa ating mga himutok
nang hindi na lang tayo'y kuntentong lumagi sa sulok
alam kong sa bawat tanong ay may kaukulang sagot
hailka at magtulungan tayong pawiin ang lungkot.

Hanapin natin ang silahis ng bagong haring araw
taas noo nating sundan ang kanyang patutunguhan
lakas loob tayong magbuklod ng ating magampanan
ng matapat ang tungkulin natin sa Diyos at sa bayan.

49

Ang Tatlong Puno

Sa isang makahoy na lugar na malapit sa burol
ay masinsinang nag-usap ang tatlong punong mayabong
"ano ang pangarap ninyo?", ito ang matinding tanong
"anong mangyayari sa atin, pagdating ng panahon."

"Ang gusto ko sana ay maging kaban ako ng yaman
na puno ng ginto't pilak, alahas na kumikinang,
marangya ang ukit at may matingkad na kagandahan,"
wika ng unang puno na may tinig ng pagyayabang.

Sumunod namang nagsalita ang ikalawang puno,
"Balang araw ako ay magiging sikat at malaking barko,
at mga dugong bughaw lamang ang magiging sakay ko,
ligtas silang lahat at lilibutin namin ang mundo."

Sa huli ay ang ikatlong puno naman ang nagwika,
"Nais ko sana'y ako ang maging pinakadakila
pinakamataas sa gubat sa akin titingala
malapit sa langit para kausapin si Bathala."

Lumipas ang maraming taon at tuloy din ang dasal
na sana'y matupad ang kanilang mga inaasam

masasaya silang tatlo sa kanilang pagpapatnubay
sa gubat na siya nilang kinamulatang tahanan.

Minsa'y may mga magkakahoy sa gubat ay dumating
at ang unang punong matikas ang kanilang napansin
wika nila'y maganda ang porma, matibay, masinsin
madaling maibenta at malaki ang kikitain.

Tuwang-tuwa naman ang puno sa kaniyang narinig
baka maging kaban na siya tulad ng panaginip
at kung gaano siya kaganda'y kanyang iniisip
at tunay na walang pagsidlan ang kanyang pananabik.

Nang ikalawang punong malago naman ang nakita
sa tindig at tayo mga magkakahoy napahanga
malaki daw ang kikitain kung ito'y maibenta
sa pagawaan ng barko nitong kanyang kabarkada.

Ang galak ng ikalawang puno'y di na maikubli
sa sinabi ng magkakahoy tuwang-tuwa sa sarili
at matutupad na rin ang pangarap na minimithi
pumalaot sa dagat at siya'y maipagmalaki.

At sa huli ang ikatlong puno naman ang nakita
medyo natakot pa ito dahil kapag pinutol na siya
baka daw hindi matupad ang pangarap niya
subalit wala s'yang nagawa ng siya'y itinumba.

Wala namang akong ispesyal na kailangang gawin
dito sa napakataas na punong 'king puputulin
kaya ang isang ito ay puwede na ito akin
at kapagdaka'y inumpisahan na siyang lagariin.

Nang dinala ang unang puno sa mga karpintero
ginawa s'yang isang malaking sabsaban ng kabayo

80

inilagay sa isang luma at madilim na kubo
at siya ay tinambakan ng napakaraming damo.

Kailanman ay hindi ito ang kanyang naging dasal
kaya't malungkot siya sa sinapit na kapalaran.
Ang ikalawang puno ay naging bangka sa pantalan
mahihirap na mangingisda ang naging kaulayaw.

At hindi rin natupad ang kanyang malaking pangarap
na maging malaking barko sa dagat ay maglalayag.
Samantalang ang ikatlong puno ay pinagsisibak
at sa isang madilim na bodega lang itinambak.

Minsa'y isang lalaki't 'sang babae ang napadaan
ang nagpalipas ng gabi sa madilim na sabsaban
sa pagod ng babae ay doon na niya naisilang
ang kanyang anak na siyang hari ng sangkatauhan.

Ninais mandin ng lalaki na siya'y makagawa
ng 'sang duyan kung saan ang anak ay makakahiga
minabuti na lamang nila na sila'y magtiyaga
sa sabsaban natagpuan na hindi naman masama.

Tuwang-tuwa ang unang puno sa pangyayaring yaon
dahil ang kanyang mga dasal ngayon ay tinutugon
daig pa ang yaman na sa kanya'y nakahimlay ngayon
na nasa kanyang kandungan ang Dakilang Panginoon.

Marami pang mga panahon ang matuling lumipas
isang pulutong ng mangingisda ang siyang nagbalak
sa bangkang mula sa ikalawang puno sila'y ligtas
manghuli ng mga isda sa dagat napakalawak.

Sa matinding pagod, ang isang kasama'y nakatulog
hindi na nga n'ya namalayan mga kidlat at kulog

at sa isang iglap malakas na ulan ang bumuhos
inakala nga ng puno na baka siya'y tumaob.

At kanilang ginising ang natutulog na lalaki
kapagdaka'y tumayo at sa langit ay bumati
mga kamay itinaas kapayapaan hiningi
ang nakasakay pala'y ang hari ng mga hari.

Samantala naman ay may isang lalaking kumuha
sa sinibak na kahoy na itinambak sa bodega
at pinasan sa likod sa kahabaan ng kalsada
habang nililibak ng marami ang taong may dala.

At nang makarating na sila sa isang munting burol
mga kamay at paa ipinako ng walang tutol
sa kahoy na pasan mula sa ikatlong punongkahoy
itinayo ang kahoy at saka ito ibinaon.

At nang sumapit na yaring dakilang araw ng linggo
ay noon lang napagtanto nitong puno na ikatlo
kung gaano s'ya katatag sa burol ay nakatayo
napakalapit sa Diyos na sa kanya'y ipinako.

Kaya atin sanang pakatatandaan na kung minsan
na hindi agad natutupad ang ating kahilingan
ay dahil may ibang planong sa atin ay nakalaan
mas maganda at mas mabuti at mas makabuluhan.

Ang bawat isa sa mga puno yaon ay may dasal
at sa bandang huli ito ay kanilang ding nakamtam
hindi man sa paraan na kanilang inaasahan
bagkus ay sa isang napakadakilang paraan.

82

50

Kasi Ikaw Tagihawat

Nakakainis ka naman tagihawat kang nilalang
bigla ka na lang sumulpot sa aking pisngi'y dumungaw
hindi ka man lamang nagsabi o kaya'y nagparamdam
importante pa naman sana 'tong aling pupuntahan.

At sa dapat kong puntahan ako pa rin ay tumuloy
'di kita pansin dahil sa akin ay walang tutulong
tiniis kitang dalhin sa mga pisngi kong may biloy
mapula ka nga lamang at mahapdi, tutoo iyon.

Ngunit ang hindi mo alam, ano ba ang naidulot
kasiyahan sa akin ngayon aking na ngang natarok
na kahit ano pala ang sa mukha ko ay sumulpot
sadyang mahal mo pala akong tunay o aking irog.

51

Mabilis

Hinanap-hanap ka, walang tigil walang pahinga
patak ng ulan, init ng araw, hindi alintana
nagbingi-bingihan ako sa mga sinasabi n'la
ang tangi kong lamang dasal ang sana ay makita ka.

Anong laking kasiyahan ng tayo ay magkaharap
dila ko'y naupod, mata lamang natin ang nag-uusap
pakiramdam ko baga'y mga tala ay kumikislap
at mga kerubin nagtutugtugan ng walang humpas.

Mabilis kang dumating at mabilis ka ding lumisan
ang lahat sa akin nawalan na rin ng kabuluhan
wala na ring sigla dugong dumadaloy sa katawan
yaring paligid ko'y nagdilim sa aki'y nakiramay.

52

Ano Ang Kulay Mo?

Kung ikaw ay papipiliin ng isa lamang kulay
at ang pinili mo ay bigyan ng kahulugan
pula bang tulad ng dugo sagisag ng katapangan
o dili kaya'y asul dahil sa iyong katapatan.

sa pagiging dalisay mo puti kaya ang isasagot
dilaw na pagkamagiliw sa katotohana'y hinog
sa kasariwaan mo, berde ang kulay ng pag-irog
mahiwaga ka mahal, itim ang sa iyo'y nakabalot.

Ang kulay ng ating lahi makinis na kayumanggi
mga bayaning nagpakasakit abo ng 'ting lipi
simbolo naman ang lila nitong nagdadalamhati
rosas naman ang pag-ibig ang siyang aking napili.

53

Batis

Ingay mong nililikha ay musika sa pandinig
kasintunog mo ay ang alpa sa bawat kalabit
ang sinumang nilalang tiyak na mapapaibig
sa malamyos na himig ng agos at daloy ng tubig.

Habang pinagmamasdan ko yaring aking sarili
ang malakristal mong tubig salamin ang kawaksi
sa sangkatauhan mahalaga ang iyong silbi
bata man o matnda, mayaman man o pulubi.

Paminsan-minsan duyan ka ng mga tuyong dahon
tangay mo'y bangkang papellaruan nina Totoy
alagaan ka'y dapat pagmamahal ang iukol
batis ng buhay, yaman ka ng lahat mula't sapul.

54

Hoy Gising

Malamig na simoy ng hangin ang aking nadarama
sa tuwing gugunitain ko ang maamo mong mukha
sabay ng 'yong mga ngiti na wala na yatang kapara
sa tamis at alindog ng kahit sino pa mang musa.

Hindi ako nakatulog nang huli kang masilayan
nagtatanong ako kung ito ay panaginip lamang
ayaw kong aminin na ito nga ay katotohanan
at baka hindi ko makaya na ako'y masiraan.

Mga sigaw na malalakas itong aking nadinig
at nakakasilaw na liwanag ang aking namasid
tanghali na raw ang sabi ni Inay na nagagalit
wala daw mangyayari sa aking mga panaginip.

55

Tama Nga Sila

Tama ka nga kaibigan diyan sa iyong tinuran
na dapat sana ang gobyernong sa atin ay gagabay
ngayo'y walang iniwan sa isang dakilang tanghalan
mga politikong aktor pawang walang kasinghusay.

Tama rin ang tiyo ko ng minsan sa aki'y sabihin
na sa dinami-daming diyaryong nais kong bilhin
hindi ko na alam kung alin ang pipiliin
gayong petsa lamang ang totoo, 'di ang babasahin.

Tama rin naman si Aling Tekla, na magtitinapa
sa mga kaibigan niyang mahilig daw magbasa
mga lumang diyaryo'y matiyagang hinihingi niya
ng mayroon siyang magamit pambalot ng paninda.

56

Bayad Na

Ilang buwan na lamang at si Manuel ay tapos na
sa kanyang pag-aaral at sa kursong kinukuha
subalit laging dala siya ng kanyang mga paa
sa tindahan ng kotse tuwing papauwi na siya.

Sa tuwing daraan sa malaking tindahan ng kotse
halos ay 'di kumukurap sa sasakyang minimithi
ito ang kanyang nanaising sa ama'y ipabili
kung siya ay makatapos at balaking magsarili.

At natitiyak naman n'ya na kaya ito ng ama
at sigurado siyang ibibigay ito sa kanya
wala na rin siyang anupamang hihilinging iba
maliban sa kinasasabikang kotseng kulay pula.

At nang sumapit na ang araw na pinakahihintay

sa isipa'y naglalaro kotseng kinasasabikan
ng umagang siya'y ipinatawag sa kasambahay
ng amang sabik din naman sa tinamong tagumpay.

Walang pagsidlan ng saya, ama'y hinagkan ang anak
at buong pagmamalaking sa anak kanyang binigkas
na 'di siya nagkamali sa mga ipinamalas
ngayon tapos na ito, siya ay nagpapasalamat.

Matapos sabihin ng ama kanyang saloobin
iniabot sa anak isang regalong mamahalin
malapad na ginintuang laso ang gamit pa mandin
napakagandang tunay at nakakasilaw ang ningning.

Buong pananabik na tinanggap sa ama ang kahon
subalit sa loob pagkabigo ay nag-uumahon
sa regalo ng ama na isang mamahaling kahon
naglalaro sa isip kung ano nga ba ang naroon.

At dali-daling n'yang binuksan ang regalong natanggap
na mula sa dakilang ama na kanyang nililiyag
subalit siya'y namangha ng sa kanya ay tumambad
ang isang bibliyang pangalan niya ang nakasulat.

Biglang napatayo sa galit anak na iniirog
mataas ang boses na tinanong ang amang nag-abot
"sa dami ng pera mo ito lamang ba ang iyong handog
sa aking mga pagsisikap na ako'y makatapos?"

Nagdaan ang maraming taon anak ay nagtagumpay
sa isang sariling negosyo na kanyang sinimulan
nagkaroon ng pamilya at 'sang magarang tahanan
ngayo'y naalala ang amang nag-iisa na lamang.

Naisip niyang ama'y malaki na ang itinanda

90

maputi na ang buhok at mukhang mahinang-mahina
baka mata'y malabo na at nakakabasa pa kaya?
sa tagal ng 'di pagkikita siya'y naging balisa.

Kaya nagbalak ang pamilya na dalawin ang ama
at sa tagal ng panahon na hindi sila nagkita
mula ng magtapos s'ya sa pinasukang eskuwela
hindi na siya umuwi dili kaya'y nagpakita.

Isang araw ay tumanggap s'ya ng isang telegrama
at sinasabi dito na ang ama ay pumanaw na
at lahat ng pag-aari'y sa kanya ipinamana
kailangang umuwi't mga bagay ayusin niya.

At ng kaniya nang sapitin ang dati nilang bahay
punong-puno ng lungkot ang bumalot sa katauhan
kasabay ng hindi n'ya maitagong panghihinayang
kanyang nararamdaman ang pusong niyang humihiyaw.

Sinimulan niyang ayusin mahahalagang bagay
nakitang muli regalong sa kanya ay ibinigay
maayos pa ang kahon na tila hindi man nagalaw
mula pa nuong nilisan niya ang kanilang bahay.

Luhaan ang mga matang binuksan n'ya ang bibliya
at matamang binuklat ang ilan sa mga pahina
at kanyang napansin ang mga ginuhitan ng ama
mga salita ng Diyos na mahalagang kataga.

At habang binabasa ang mga nilalaman nito
mayroong isang bagay na nahulog mula sa libro
kumalansing sa sahig at nawikang "ano kaya 'to?"
may kasama pa manding tag at may nakasulat dito.

Dinampot n'ya ang susing nahulog sa kanyang paanan

at sa tag ay nakasulat ang pangalan ng tindahan
ng kotseng matagal niyang pinakakaasam-asam
at ang petsa ng siya ay magtapos sa paaralan.

Hindi maitago ng anak lungkot na nadarama
at sa kanyang sarili ay ang malaking pagkahiya
sa ganitong sandali hindi na sana humantong pa
kung tinanggap niya ang regalo at nagpakumbaba.

At pinagmasdang niyang muli ang tag na nakasulat
at sa likod nito'y BAYAD NA ang siyang nakatatak
disin sana sa araw na iyon ama ay nayakap
at nawika niya ang mainit na pasasalamat.

57

Sa Aking Buhay

Sa aking buhay ay natikman ko na rin ang tagumpay
masarap, at maganda ang aking naging pakiramdam
lalong-lalo na nga at ito'y iyong pinaghirapan
at wala ka namang kahit sinong sinasagasaan.

Sa aking buhay ay naranasan kong maging talunan
masakit at mahirap ang aking naging pakiramdam
subalit kailangan harapin ang katotohanan
tanggapin ito ng maluwag sa aking kalooban.

Sa aking buhay ay mayroong mga pagkakataon
na naging labis-labis ang aking kasiyahan noon
nalasing ako't nagwala dahil sa sobrang ilusyon
na para bagang ang lahat ay hindi na mapuputol.

Sa aking buhay ay dumalaw ang di-iilang lungkot
na tila baga itong mundo sa akin ay sumaklob
para bagang bangka sa gitna ng laot ay tumaob
makaahon pa kaya akong humihinga ng maayos.

Sa aking buhay ay naging matigas akong magpasya
na walang sinumang sa akin ay makakapagdikta
kung ano ang nais ko'y siya lamang at walang iba
walang makakapagbago kahit sino pa man siya.

Sa aking buhay ay marami akong paniniwala
dahil sa iyon ang sa pagkakaalam ko ay tama
at sinisiguro kong 'di ako agad masisira
ng dahilan lamang sa kanyang mga pangungutya

Sa aking buhay ay lagi akong naging positibo
na ang aking mga pangarap ay magkakatotoo
at kung dagdagan ko pa ng sipag ang lahat ng ito
ay walang hindi mangyayari na hindi ko ginusto

Sa aking buhay 'di iilang beses ako'y hinamak
sinira nilang lahat ng aking mga hinahangad
at mga bituin sa langit kinuha pa ring lahat
gugustuhin ko pa kayang muli na ako'y mangarap.

Sa aking buhay ay hindi nawala yaring pag-asa
na darating ang araw na madarama ko rin siya
sabi nga nila habang ikaw ay mayroong hininga
pag-asa sa buhay ay darating huwag kang mangamba.

Sa aking buhay pag-asa'y minsan ko ng iwinaksi
sa pag-aakalang malayo sa akin ang suwerte
pakiramdam ko baga ako na ang pinaka-api
naging matamlay ako, walang lakas at walang silbi.

Sa aking buhay ay marami na akong natamasa
sari-saring bagay na 'di pa natitikman ng iba
mga materyal at hindi sa lahat ako'y sagana
na sa palagay ko'y walang sinumang makakakuha.

Sa aking buhay ay marami nang nawala sa akin
mahahalagang bagay na matagal kong inaangkin
halos puso ko'y madurog nang mga ito'y tangayin
nitong malaking bahang sa bayan namin ay dumating.

Sa aking buhay ay 'di iilan ang aking nasaktan
sa pagbibitiw ko ng mga salitang maaanghang
walang patumanggang ako sa kanila ay nagbintang
at nasaktan ko ng husto ang kanilang kalooban.

94

Sa aking buhay ay marami akong mga narinig
mga bintang sa aking hindi ko ininda ang sakit
mga salitang walang basihan ang lahat ay tiniis
dahil ang alam ko na minsan ako din ay nanakit

Sa aking buhay maraming papuri akong natanggap
na halos kanilang sambahin ang aking mga yapak
pangalan ko'y tila bulaklak na humahalimuyak
pakiramdam ko baga ako ay nasa alapaap.

Sa aking buhay ay naranasan ko kung paano
pagsalitaan at alipustahin ng ibang tao
hanap ko ay lungga para ako ay makapagtago
dahil 'di ko na kayang itaas pa ang aking ulo.

Sa aking buhay humingi ako ng kapatawaran
sa nagawa ko sa kanila na mga kamalian
at wala salitang alam para mailarawan
kung gaano kagaan ang aking nararamdaman.

Sa aking buhay ay nakapagpatawad na ako
sa lahat ng iyong mga nagawang atraso
ganap na kalayaan ngayon itong nadarama ko
kahintulad baga nitong isang napalayang preso.

Sa aking buhay ay nakasama ko na ring lumipad
ang mga anghel na sila nating tagapagligtas
nadama kong ginhawa'y walang na yatang kasingwagas
sana'y maulit pang muli ang mga ganuong oras.

Sa aking buhay ay nangyari na aking makasayaw
ang isang demonyong dulot ay malaking kahihiyan
ang lahat ay dahil din sa aking mga kasalanan
na hanggang sa ngayon ay tunay kong pinagsisisihan.

Sa aking buhay naligo ako ng tubig sa ulan
na nagmula doon sa langit at sa kaitaasan
na tanging pinakahahangad ko ay kapayapaan
'di lamang para sa akin kundi sa sangkatauhan.

Sa aking buhay nagtiis ako ng lahat ng hirap
pati na ang mabuhay sa sarili kong pagsisikap
lagi na lamang akong takot sa puwedeng maganap
walang kasiguraduhang na maaayos ang lahat.

Sa aking buhay ako ay naging mapagkawanggawa
mga taong nangangailangan halos walang-wala
mababakas mong walang pagsidlan ang kanilang tuwa
pakiramdam ko baga sa lotto ako ay tumama

Sa aking buhay ay tumanggap na rin ako ng tulong
nang sa masasamang bisyo ako nuon ay nagumon
nalugmok ako ng husto halos hindi makaahon
salamat kaibigan at ako ay inyong nilingon.

Sa aking buhay naranasan ko ang maging maramot
sinarili ko lamang ang mga biyaya ng Diyos
sa mga nangangailangan wala akong inabot
sa mga sandaling iyon, ako'y naging mapag-imbot.

Sa aking buhay sinubukan kong makipagkasundo
kausapin ng maayos ang aking mga kasosyo
at sa kanila, aking tinupad ang bawat pangako
at lalong gumanda ang galaw at ikot nitong mundo.

Sa aking buhay ay hindi ko binigyan ng halaga
ang maidudulot ng pakikipag-usap sa kanya
tanging ang alam ko ay gawin ang sa akin ay tama
at wala ni anumang kabutihan akong nadama.

Sa aking buhay ay masarap palang maging bayani
sa aking pamilya na siya kong kasama palagi
sa lahat ng kaibigan, maging sa mga kalahi
at sa lahat ng dayuhan kahit ano pa mang lipi.

Sa aking buhay maraming ulit ako'y naging duwag
mga problema sa paligid na hindi ko hinarap
basta na lang iniwasan, tinakbuhan, at nilabag
maging ang mga mahal ko sa buhay, aking nilaglag.

Sa aking buhay nakahanda akong magsakripisyo
sa ikabubuti ng lahat mahirap ma'y gagawin ko
iwawaksi ang mga mali, sa tama patutungo
marahil ito lang ang dapat para masaya tayo.

Sa aking buhay malimit akong maging atubili
lalo na sa ikatatahimik nitong aking budhi
may takot at pag-aalala aking mga sandali
tuloy magagandang bagay nakalampas ng madali

Sa aking buhay iniwasang pilit ang magkamali
ang anuman gagawin ko'y pag-iisipan ng muli
kahit magdamagan pa ang gagawaing pagsusuri
sulit ang lahat basta't walang mararamdamang hapdi.

Sa aking buhay napagtanto ko ng tunay na tunay
na kailanpaman ay walang lugar ang kasamaan
dahil kung mali din lamang ang tunay mong dahilan
ay talagang walang maganda itong kahihinatnan.

Sa aking buhay natuklasan kong 'di lahat ng oras
na dahil sa ang pakiramdam mo ngayon ay masarap
ay nakakasiguro kang magiging ayos ang lahat
kasi hindi palaging ganoon ang nagiging wakas.

Sa aking buhay ay aking napagwari ng taimtim
na sa 'yong buhay ano nga ba ang tunay mong layunin
dahil sa kung ito ay lihis sa dakilang gawain
ang katotohana'y wala ka talagang mararating.

Ngayon, kung maitatanong ko naman,----- sa buhay mo?

58

Ang Ngiti

Libreng-libre lamang ang matatamis mong mga ngiti
at wala rin naman itong kapalit na hinihingi
sa isang iglap na ito ay iyong ibinihagi
mahabang panahong tatak nito'y aking itatangi .

Maaaring nasa 'yo nga ang lahat ng kayamanan
kaya mong bang sabihin ngiti'y hindi mo kailangan
at kung ikaw man ang pinakamahirap na nilalang
ngiti pa rin itong sa puso mo ay magpapayaman.

Itong ngiti ang nagpapasigla sa isang tahanan
at masayang pagsasamahan sa isang pagawaan
sa isang nalulungkot dala nito ay kasiyahan
na ang mensahe nito ay heto ako kaibigan

Sa mga balisa ngiti ay nakakapagpasaya
at mahusay na kalutasan sa mga may problema
sa mga may karamdaman dulot nito ay pag-asa
solusyong dulot ng kalikasan na sadyang mabisa

Hindi mo ito nabibili o kaya'y nahihingi
at ang nakawin ito ay lalong hindi maaari
dahil wala itong katumbas na anumang salapi
kung hindi rin para iyo itong kanyang mga ngiti.

Huwag ka sanang mapagod na ngiti kami ay bigyan
'di iyan mauubos alam kong marami ka niyan
huwag mag-atubili dahil kahit isa'y okey lang
sapat na 'to at sana sila'y akin ding mangitian.

59

Bumaba Ka

Dahan-dahan anak at huwag kang magmadali
sa'yong paroroonan tiyak maraming katunggali
sa pinanggalingan mo ay lumingon kang palagi
patnubayan nawa't makarating ng maluwalhati.

Sa pagsisikap mo ikaw ngayon ay nasa itaas
nakamit ang tagumpay at hayan ika'y nakalipad
kung sakaling maramdamang mabigat ang mga pakpak
'wag matakot, bumaba ka, mag-ipong muli ng lakas.

Matutong halikan ang lupa na iyong pinagmulan
yakapin ang ninuno siyang nagpunla ng pangaral
ang mga pagsubok tiyak makakaya mong labanan
magpakatatag ka, mabait di ka pababayaan.

60

Isang Tula Sa Yumao Kong Asawa

Kung maibabalik ko lamang ang tangkay ng panahon
nuon sa aki'y paulit-ulit mong ibinubulong
na ako lamang ang iyong bayaning 'di umuurong
na nakahandang puksain kahit sino pa mang dragon.

Sa tuktok ng bundok sana'y nagtayo ako ng kastilyo
upang mamasdan ng lahat at pati ng buong mundo
ikaw na walang kasingandang prinsesa ng buhay ko
mabubuhay, mamatay at magsasama hanggang dulo.

Sana'y kaya kong ibalik nalagas na mga dahon
pupuluting isat'isa abutin man ng maghapon
at sa 'yong paanan akin muli itong ibabaon
magkasama nating aabangan kanilang pagyabong

Wala ni isang mang tinik sa puso mo ay tutusok
wala ni isang luha sa iyong mata'y maglalagos
wala ni isang bato sa lalakaran mo'y sisipot
walang isa man sa ati'y magpapaalam ng lubos.

Subalit ang lahat ng yaon ay hindi na babalik
tiktak nitong orasan ko tuluyan ng nanahimik
hindi na rin kayang alisin pa, mga bato't tinik
ng mga nagdaang panahon na walang kasingtamis.

Mahirap na ang mabuhay na katulad ng kahapon
subalit itutuloy ko pa rin pagpupuksa ng dragon
kung ito ang sa iyo'y magpapaligaya ng ganuon
kahit minsan pang muli nakahanda akong humamon.

61

Ang Pagod Na Maybahay

Sa isang lugar na sa amin ay hindi kalayuan
may mabait na maybahay ang duo'y naninirahan
sa buong buhay niya puro pagod ang naramdaman
sa araw-araw halos doon sa kanilang tahanan.

Kung bakit naman kasi ginagawa niya ang lahat
ang kumuha ng katulong wala daw sa kanyang aklat
mas masaya daw siya na nakakagawa ng ganap
ng walang kinaiinisan na katulong na tamad.

Nagkasakit ng malubha't sa kanyang pamamaalam
ang patutunguhan daw n'ya ganap na katahimikan
"'di na ako magbibihis, walang damit na lalabhan
'di na ako kakain, wala ng platong huhugasan

'di na ako mananahi, 'di na ako maglilinis
malalambing na musika lang ang aking maririnig
walang sawang pakikinggan matatamis nilang tinig
hindi na ako mapapagod, hindi na maiinis."

Sa aking pag-alis huwag na sana kayong malungkot
huwag na kayong umiyak at huwag nang maghimutok
maging masaya kayong lahat dahil ako'y papalaot
dahil kailanman ay hindi na ako mapapagod.

62

Ikaw Lamang

Sasabihin ko sa 'yo ng tunay na tunay
ng walang pasakalye at walang palaman
iisa at simpleng katotohanan lamang
na wala akong ibang mahal kundi ikaw

Bale wala sa akin ang anumang yaman
kahit pa ng ginto kung saan man nahukay
wala nang hihigit pa kahit anong bagay
ikaw lamang sinta ang nais ko sa buhay

Ikaw lang ang hangin na aking nilalanghap
sa aking katawan siyang nagpapalakas
sa aking isipan siyang nagpapatalas
sa aking abang buhay ikaw ang s'yang lunas

Sa mga gabing ako nga ay nag-iisa
kahit walang sakit ako'y laging balisa
itong isipan ko'y kung saan pumupunta
lalo na kung ikaw ay 'di ko nakikita

Sa buhay kong ito ikaw lamang ang lunas
kahit anupaman sa kan'la na lang lahat
at kung mayroon pa mang sa akin ay dapat
tanging ikaw lamang ang s'yang makakasapat.

63

Dahon

Malayo ang tanaw, malalim ang iniisip,
ng ikaw ay namalas paningin ko'y iyong nahagip
minasdan kang mabuti kakaiba ang iyong hgugis
batid kaya nila ang ganda mong hatid?

Dinampot at inilagay kita sa aking mga palad
at hinaplos-haplos ang angkin mong kintab
ang taglay mong kulayluntiang matingkad
pag-asa sa buhay batid kaya ng lahat?

Mag-iiba rin ang kulay pagdating ng panahon
tulad ng ibang bagay sa pagdagdag ng taon
ngunit ang mahalaga maibahagi ang misyon
mamalas ang ganda ikaw na munting dahon.

64

Tandaan, May Nagmamahal Sa Iyo

Minsan ay tila napakahaba nitong lalakarin
kung kaya't natatakot ikaw na abutin ng dilim
at minsan ay kamalasan pa ang sa iyo'y darating
at nag-iisa ka lamang nagtitiis, nanggigigil
sana ay tandaan may nagmamahal pa rin sa iyo.

Minsan nga ay napakahirap gawain ang ngumiti
lalo na kung pagod ka na at sikmura ay mahapdi
tila mga pakpak mo ay isa-isang nababali
paa'y mabibigat 'di maiangat aking pakiwari.
sana ay tandaan may nagmamahal pa rin sa iyo

At sa pakiramdam mo ay natapos na nga ang lahat
may paraan pa nga kaya na makahabol nang ganap
kahit sandali na lamang magagawan pa ng oras
talunan ka man ay pilit ginawa mo rin ang dapat.
sana ay tandaan may nagmamahal pa rin sa iyo

Sa mga sandaling silang mahal mo'y malayo sa 'yo
at nag-iisa ka lamang sa munti mong paraiso
wala kang nang masabi at nauutal ang dila mo
sa matinding takot mandin ang isipan ay tuliro.
sana ay tandaan may nagmamahal pa rin sa iyo

kasabihan na nga na ang lahat ay may katapusan
at maayos mong naituwid ang iyong kamalian
mga mahal mo sa buhay una mong pasalamatan
palaging mong tatanawin ang kanilang pagmamahal
sana ay tandaan may nagmamahal pa rin sa iyo

Ang balanang pagmamahal na nasa iyong paligid
sa lahat ng ginagawa mo sa iyo'y nakasilip
at kung sa iyong tabi ay magkaroon ng balakid
ang pagmamahal nila sa iyo, sila ang sasagip.
sana ay tandaan may nagmamahal pa rin sa iyo

65

Kapag Hinayaan Kita

Kapag hinayaan kita sa mga nais mong gawin
'di 'to nangangahulugang wala na akong pagtingin
dahil lahat ng ito'y para lamang sa iyo giliw
pagmamahal sa iyo ay hinding-hindi magmamaliw.

Kapag hinayaan kita ay hindi ko pinuputol
ang ugnayan nating dakila sa simula at sapol
tanging sa iyo lamang pag-ibig ko ay nakatuon
manalig kang wala ng iba pa akong tinutukoy.

Kapag hinayaan kita'y akin pang matututunan
mga dulot na aral mula sa ating kalikasan
na 'di nakasulat sa mga pahina sa aklatan
subalit sadyang mahalaga sa sinumang nilalang.

Kapag hinayaan kita'y para ko na ring tinanggap
ang aking kahinaan at maging kawalan ng lakas
at anuman ang dumating sa buhay nating ganap
wala akong magagawa kundi tanggapin ang lahat.

Kapag hinayaan kita parang ako'y nagpabaya
walang akong pagbabago at wala ring ginagawa
magsawalang kibo na lamang at maghintay ng awa
nararapat na ngang tunay na sarili ko'y itama.

Kapag hinayaan kita'y nais kong pangalagaan
ang lahat ng sa iyo pati ang iyong kapakanan
maligaya akong makita kang naliligayahan
at tinatamasa ang sarap kung paano mabuhay.

Kapag hinayaan kita ay hindi para mag-ayos
kung anuman gulo itong sa iyo ay bumabalot
sa halip damayan ka, alalayan sa mga gusot
sa gayon ay makaahon ka sa masamang bangungot.

Kapag hinayaan kita, hindi kita sinisisi
manapa'y ang nais ko'y pag-isipan mo nang mabuti
dahil isa kang nilalang may damdaming pansarili
kung anong nararapat gawin ng walang atubili.

Kapag hinayaan kita ipalagay mong wala ako
na siyang nag-aayos ng lahat ng para sa iyo
hahayaan ko ngayon na mag-isa kang magmaneho
kung saan ay nanaisin na dalhin itong buhay mo.

Kapag hinayaan kita'y para matuto kang ganap
mabuhay nang nag-iisa dito sa sangmaliwanag
maging tapat na kaibigan at harapin ang bukas
talagang ganyan ang mabuhay, masarap at mahirap.

Kapag hinayaan kita'y hindi ako tumatanggi
sa mga pangarap mong matagal nang gusto mangyari
kalakip ang mga dasal ko na kahit manawari
maging masaya't matagumpay ka sa bawa't sandali.

Kapag hinayaan kita hindi ko hangad ang gulo
sa anumang nais mong gawain diyan sa buhay mo
nais kong mabuksan ng maluwag yaring isipan ko
tuklasin aking mga mali at itama ng husto.

Kapag hinayaan kita'y 'di sarili ang dahilan
nais ko'y salubungin ang pagdating ng mga araw
ng buong sigla, at sa nakaabang kong mga kamay
mahalin at magpasalamat sa ating Maykapal.

Kapag hinayaan kita 'di ko balak na pansinin
ang sinumang nilalang na sa akin ay tumitingin
ang hangad ko lamang sana mga pangarap ko'y dinggin
at maging karapat-dapat sa napiling kong tungkulin.

Kapag hinayaan kita'y wala akong pagsisisi
sa anuman nating nagdaan, masama at mabuti
nawa'y binhing itatanim maging mayabong paglaki
at nang makatulong sa nangangailangang marami.

Kapag hinayaan kita'y gusto kong maging matapang
sa masasalubong na pagsubok nitong aking buhay
sana'y maging matatag at harapin ang bawat araw
mahalin at magmahal ng walang labis, walang kulang.

66

Pag-Asa

Hindi dito natatapos ang buhay sa mundo, Inday
hayan at masdan mo ang marahang paglubog ng araw
tiyak na mapapangiti ka sa magagandang kulay
iyan ang **pag-asa** na mahalaga sa ating buhay.

Natutuwa naman akong tunay sa iyo, Aurora
dahil sa nabihag ka sa ganda nitong gumamela
simpleng bulaklak nga lamang ito sa bakuran nila
ang isang katulad mo ay punong-puno ng **pag-asa.**

Sinundan-sundan pa mandin ng iyong mga paningin
ang pagaspas nitong paru-paro sa hihip ng hangin
sana nga'y marami pa kayong tulad nitong si Kristine
na punong-puno ng **pag-asa** sa puso at damdamin.

Pagkatapos ng paglalabada nitong si Lagrimas
bunsong anak sa duyan ay sabik niyang binubuhat
dagling napawi ang pagod, mga mata ay kumislap
halik sa anak **pag-asa** ng kanilang hinaharap.

Kaibigang matalik ay nagbago na ng ugali
ibang-iba na siya sa dati niyang mga gawi
"marahil ay malaking problema ang tunay na sanhi"
may pag-asang pagtatanggol nawika nitong si Angge.

'Di dapat mabahala sa laki ng patak ng ulan
na tila yapak ng kapre sa bubong ninyo Damian
mahihimbing ka rin kaagad sa ilang saglit lamang
dahil may **pag-asang** lupa sa bukid ay 'di na tigang.

Batid kong namamalikmata ka sa iyong nakikita
ang makulay na bahaghari sadyang nakakamangha
at tulad nga ng mga naririnig mo na Angela
ang kayamanan sa dulo, ang malaki mong **pag-asa**.

Napakasarap haplusin ang balahibo ni Muning
ibayong ligaya ang sa iyo'y siya nitong dating
pag-asa ang hatid kung bagsak na bagsak 'tong
damdamin
nitong alagang hayop na siyang lagi mong kapiling.

Sina Lucy at Ditas mga bago kong kaibigan
nagbigay sa aking buhay ng mga bagong pananaw
mga payong kapatid na dulot ay bagong ang buhay
sila ang mga **pag-asa** sa tulad kong namamanglaw.

Natatandaan mo ba noon ng ikaw ay nagduda
sa mga balitang hatid sa iyo nitong si Laura
pinakinggan mo pa rin bagamat alinlangan ka na
dahil may **pag-asa** ka pa na magbabago rin siya.

Naging bahagi si Ramon sa buhay ng asawa mo
magkaibigang matalik hanggang sa siya'y yumao
kaya nga't nais mong ialay itong mga kamay mo
sa pakikiramay n'ya, **pag-asa** ang siyang simbolo.

Isang mabangong liham ang natanggap nitong si Ada
at para sa kanya ito'y isang malaking sorpresa
kung kanino nagmula palaisipang nadarama
ang natitiyak niya ito ay magandang **pag-asa**.

Talos kong si Efren ngayo'y may masamang dinaramdam
sanhi ng matagal at mabigat niyang karamdaman
kaya ngayon ay pipilitin kong siya ay madalaw
dahil may pag-asa akong bubuti ang kanyang lagay.

111

Sana naman hindi dito ang lahat ay magwawakas
itong sinimulan nating samahan tunay at wagas
sadyang may mga dahilang sa atin ay nagaganap
naririto pa rin ang pag-asa kong maayos ang lahat.

Nais ni Candida na siya ay makapagbakasyon
dalawin ang tahimik ang kanilang munting nayon
at muling n'yang sariwain mga nagdaang panahon
kalakip ang pag-asang sa problema ay makaahon.

Inihanda na ni Nanay dekorasyon sa Christmas tree
nag-iisip na rin ng lulutuin sa *media noche*
ngayong Pasko pamilya nila ay magsasama muli
kasama ang **pag-asang** ang ating bansa ay umigi.

Masayang binalikan ni Diego ang kanyang lumipas
alaalang nagdaan mayroong masakit at matimyas
sa mga ngiti sa kanyang labi iyong mababakas
ang kanyang **pag-asa** sa buhay nariyan lang sa labas.

Sinalubong si Julia ng isang masamang balita
na halos ay ikabagsak na nga niya sa lupa
nagpakatatag, buong tapang itinaas ang mukha
hindi pa huli may **pag-asa** pa siyang nababadya.

Mahiwaga ang **pag-asa** sa buhay ng isang tao
kung kailan mo kailangan saka nawawala ito
di ka naman niya iiwan, 'di siya maglalaho
maging matatag ka lamang, hindi ka dapat sumuko.

Napakatamis ng ngiti sa labi ni Angelita
loob mo ay gagaang kapag pinagmasdan mo siya
kahit na anong bigat ng pinapasan n'yang problema
puso may kirot, pakiramdam mayroong pang **pag-asa**.

Hindi binalak ni Anton ang siya'y maging artista
ang kaibigang matalik sinamahan lamang niya
pinalakas niya ang loob, binigyan ng **pag-asa**
kapwa sila pinalad, ngayo'y sikat na ang dalawa.

Magulong-magulo ang pag-iisip noon ni Nelson
sa kanyang paglakad halatang wala siyang direksyon
tanging **pag-asa** lang ang gumagabay sa kanya nuon
na sana ay ligtas ang pamilya sa bagyo at lindol.

Hindi dapat balewalain ang **pag-asa**, Marina
pagdating ng panahon kakailanganin mo siya
'di ka niya iiwan sa sandali ng pag-iisa
maniwala ka lamang dahil iyan ang mahalaga.

Sabi mo nga, David, minsan ay nagsasawa ka na nga
maghintay ng maghintay, sa **pag-asang** nawawala
tingnan mo ngayon ang nangyari sa lotto ay tumama
malaking pasasalamat ngayon ang iyong nawika.

Ang **pag-asa** ay nandito lang sa ating kalooban
'di lang sa akin, sa kanya, nasa ating kalahatan
damhin mo ng mabuti ang tunay nitong kahulugan
dahil 'to ang ilaw natin sa mundo ng kadiliman.

67

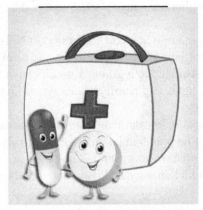

Gamot

Pinagmamasdan kong mabuti 'tong aking mga gamot
na dapat kong inumin para mabuhay ng maayos
ito daw dilaw na tableta ay para sa puso ko
para ang pagtibok ay maayos at hindi pumalso.

Mayroon namang maliliit na ang kulay ay puti
sa nanginginig na kamay ko ito daw ay mabuti
samantala ito namang alanganing kulay asul
para sa maginhawang paghinga sa buong maghapon.

At mayroon pa ring akong napakalaking kapsula
na nakakatuwang pagmasdan ang kulay niyang lila
sa 'kin daw namang mahinang baga ang biyahe nito
nang hindi ako palagi na lamang uubo-ubo.

Mayroon 'sang napakaliit kulay naman ay pula
sa aking dugo naman duon daw siya nakatoka

kulay dalandan naman ang isang gamot na habilin
para daw ako huwag akong malimit pulikatin.

Nakakatuwang tingnan ang iba't iba nilang kulay
na ang tanging nais nila ang ako ay matulungan
ang gusto kong malaman ay kung bakit ba nila alam
ang tamang daan sa kanilang dapat patutunguhan.

68

Ang Dalangin Ko Para Sa Iyo

Nakaluhod ako ngayon sa harap ng altar
at sa Panginoon natin ako'y nagdarasal
na ipag-adya ka sa mga kapahamakan
at batid ko na ako ay Kanyang pakikinggan.

Dito sa puso ngayon ay aking nadarama
mga sagot Niya sa aking hiling sa Kanya
kahit walang nadidinig na mga kataga
nasisiguro kong sa Kanya ito'y nagmula.

'Di ako humiling ng anumang kayamanan
ni katiting ng nakalalasong katanyagan
batid ko na kahit anong aking kahilingan
hindi mo mamasamain ito kailanman.

Isang uri ng yaman itong aking hiniling
na hindi agad-agad makukuha sa akin
at hindi rin madaling basta ito'y sirain
sinumang nilalang na may budhing mainggitin.

Hiniling kong Siya'y palaging nasa tabi mo
sa lahat ng panahon umulan o bumagyo
sa pagsikat ng araw, paglubog sa ibayo
nariyan lang Siyang lagi malapit sa iyo.

Walang anumang sakit ang sa iyo'y gumalaw
sa tuwina mabuti ang iyong kalusugan
laging masaya sa bawat tunog ng orasan
kapiling silang nagmamahal mong kaibigan.

Mga biyaya ng Diyos nawa'y sumaiyo
at kahit sino pa man na makakapiling mo
magagandang ala-ala ang laging damhin mo
gunita ng kahapon makakatulong ito.

Ang higit sa lahat na aking ipinagdasal
huwag kang hiwalayan ng kanyang pagmamahal
at sa lahat ng sandali nasaan man ikaw
ay gabayan ka Niya ng walang katapusan.

69

Sa Aking Pagretiro

Sa lahat ng may mga pakana nitong kasayahan
saludo ako sa inyo na ngayon ay nagpupugay
sa mga salita ninyong nakakapag-bigay buhay
mga natutulog kong kalamnan biglang nagsigalaw.

Hindi lamang itong bituka ko ang siyang nabusog
pati nang puso kong matagal na ring 'di tumitibok
para bang ayaw ko nang gabi na iyon ay matapos
sa mga tawanan at kuwentuhang na hindi mapaknot.

At sa inyong lahat muli akong magpapasalamat
dito sa pagkaing inorder ko na napakasarap
sa plakeng 'di ko pa nabasa kung anong nakasulat
at pati na nitong mga makukulay na bulaklak.

Salamat din sa mga nagsisikuha ng litrato
ang walang humpay na posing, ngiti diyan, ngiti dito
sana naman ay maganda rin ang kalabasan nito
at dahil minsan lamang naman ako magreretiro.

Salamat sa lahat ng dumalo sa gabing parangal
nakiisa't nakisaya sa ating dakilang samahan
hindi lamang ninyo talos ang tunay kong naramdaman
nang tuluyang umagos mga luha ng kasiyahan.

70

Umapaw Na Ang Baso Ko

Hanggang ngayo'y hindi pa ako tumatama sa lotto
marahil ay huli na dahil sa matanda na ako
at ako nama'y hindi na nag-aalala ng husto
dahil maligaya naman ako kahit na paano.

Sa pagdaan ng mga araw ako nama'y masaya
ayos lamang itong buhay kahit 'sang kahig, 'sang tuka
nagkakasya na lamang ako na uminom sa tasa
sa dahilang itong aking baso ay umaapaw na.

Salat ako sa mga tinataguriang yaman
kalimitan pa nga itong mesa ko ay walang ulam
subalit marami silang sa akin ay nagmamahal
na hindi kayang tumbasan ng anumang kayamanan.

Nagpapasalamat ako sa Kanyang mga biyaya
at 'di N'ya ako nalimutang bahaginan ng awa
nagkakasya na lamang ako na uminom sa tasa
sa dahilang itong aking baso ay umaapaw na.

Natatandaan ko pa ang mga pangyayaring mali
ng itong pananalig ko ay mistulang bali-bali
subalit nagdidilim na ulap ay biglang nahawi
maliwanag na sikat ng araw ang siyang sumagi.

Kaya naman sa ngayon hinaing sa akin ay wala
sa kabigatan ng buhay wala akong nadarama
nagkakasya na lamang ako na uminom sa tasa
sa dahilang itong aking baso ay umaapaw na.

Sa aking pag-akyat sa mga matatarik na bundok
baon ko ang tapang at lakas na sa aki'y kaloob
wala na marahil akong hihilingin pang kasunod
naibigay na Niya sa akin ng sapat at lubos.

Sana'y palagi akong may oras para sa kanila
at makatulong buhatin bigat nilang dinadala
magkakasya na lamang ako na uminom sa tasa
sa dahilang itong aking baso ay umaapaw na.

71

Ibong Malaya

At walang anu-ano'y ang bagwis mo'y iwinagayway
sa malawak na himpapawid bigla mong ikinampay
kung san ka patutungo ay walang nakakaalam
mapapalad ang mga tulad mo na may kalayaan.

Kayamanan, karangyaan, aanhin ko ang ito
kundi kayang mapaknggan itong isinasamo ko
mabuti pa ang ibon kalawakan ay paraiso
malaya, mabait, mapagbigay sa kanya ang mundo.

At sa maraming nilalang na hirap ang dinaranas
mapaglaro ang tadhana, kapalaran ay mailap
sana mandi'y ibon na lang ako na palipad-lipad
nang malaya kong marating ang aking mga pangarap

72

Sa Munti Naming Bayan

Ito ang nakagisnan naming isang munting tahanan
sa dulo ng baryo naroon at malapit sa daan
dalawa lamang ang kuwarto na sa ami'y tama lang
wala kaming reklamo masaya kami sa araw-araw.

Sa maliit na kusina laging abala si ina
naghahanda ng pagkain namin sa tuwi-tuwina
masustansyang gulay ang wika niya ay mahalaga
dagdagan pa ng prutas na bagong pitas sa tumana.

Sa munti naming salas duon kami nagkakagulo
sa paggawa ng aralin at pagbabasa ng libro
habang si ama naman ay abala sa kanyang dyaryo
at itong si inay nakadikit ang tainga sa radyo.

Nilagang kamote ang s'yang madalas naming meryenda
na hinukay namin sa likod-bahay tanim ni lola
masarap at malinamnam at talagang masustanya
mabilis itong makabusog, sariwa na'y libre pa.

Kung Sabado sa bahay lahat kami ay may trabaho
at minsan di naman namamasyal sa karatig-baryo
sa pagsisimba naman nauukol araw ng Linggo
bilang pasasalamat sa lahat naming natatamo.

Minsan naman ay sa sinehan ang aming tinutungo
sa mga artistang paborito kinikilig ng husto
kung panaho'y maganda walang inaasahang bagyo
ang magpiknik duon sa burol ang aming dinarayo.

Sa tuwi-tuwina sa natitira pa naming oras
sa habulan at takbuhan tiyak wala ka nang ligtas
dagdagan pa ng tawanan na halos ay mapaiyak
kaya naman pag-uwi sa bahay pagod na ang lahat.

Iyong malalanghap sa paligid ang tunay na bango
presko't malinis na hangin pati na ang luntiang damo
habang aking hinihintay ang pagdating ni Mang Tasyo
dala ang sariwang gatas pampalakas nitong buto.

At siyempre dito'y mayroon din na mga problema
katulad ng panahon ngayon ito'y di mawawala
hinaharap namin ito't paraan ay ginagawa
nang ang buhay ay bumuti at lalong pang guminhawa.

Ang simpleng pamumuhay dito ay walang kasingsarap
ang bawa't isa'y nagsasama ng masaya at tapat
sa tahimik na baryo na kinagisnan ng maluwat
bakit pa nga ba ako sa ibang bayan ay lilipat.

73

Ang Pamana

Karapat-dapat ka ba naming igalang
kaming lahat na 'yong mga kaibigan
maging sila na iyong mga kritiko
may paghanga ba kaya sila sa iyo?

Sa tuktok ng iyong aning katanyagan
naging mapagkumbaba rin kaya ikaw,
at sa mga panahon ng pagkatalo
masaya ka ba ng tinanggap mo ito?

Katulad nitong isang musmos na bata
sa ganda ng mundo ikaw ay namangha
sa nangyayaring munting kababalaghan
milagro itong hindi makalimutan.

Lagi kang sasagi sa aming isipan
sa tuwing may malakas kaming tawanan
na nagdudulot ng saya sa 'ming lahat
at tuwa sa mga puso na may sugat.

Naging masaya ba sina Toto't Nene
lahat ba sila ay pawang nakangiti
tiyan ni lola sumakit sa pagtawa
tiyak lagi ka nilang maaalala.

Tikom pa rin ba ngayon ang iyong bibig
sa mga sikretong itong nakapinid
malaki ang tiwala nila sa iyo
kaya sana ay pakaiingatan mo.

Napatawad mo na rin ba silang lahat
sa mga nagawang hindi nararapat
ang paumanhin ba ay iyong hiningi
sa ilang kapusukan na naging mali.

Binigyan mo ba ng tubig at tinapay
yaong mga pulubing gutom at uhaw
pati na mga hubad nating kapatid
pag-asang bigay may kasama bang damit?

Nag-iwan ba ikaw ng magandang tatak
ng ang mundong ito'y hindi maging hamak
at sa mga susunod na henerasyon
ang mundong ito ay maging inspirasyon.

Hindi pa huli kung mayroon kang gusto
na gawin ng marapat sa mundong ito
huli mandin ay mapasasalamatan
kung sa ikabubuti ng karamihan.

74

Ang Bintana Sa Ospital

Sa 'sang di-kalayuang ospital sa labas ng lungsod
may dalawang lalaking pasyente duo'y nakabukod
kapwa matanda't mahina na kanilang mga tuhod
kontento na ang dalawa at wala ng pagkabagot.

Ang isa ay hinahayaan na maupo sa kama
ng isang oras sa hapon para makapagpahinga
at tuloy makaunat sa maghapong pagkakahiga
para tumulo ang tubig na mula sa kanyang baga.

Malapit ang kama niya sa nag-iisang bintana
ng kanilang kuwartong di-mapagkakailang luma
ang isang lalaki naman ay lagi lang nakahiga
at hindi na nakakatayo at talagang malubha.

Maraming napag-uusapan ang dalawang pasyente
sa maghapong singkad mula umaga hanggang gabi
tungkol sa asawa't mga anak, masaya't mabuti
mayroon din namang malungkot na ayaw nang masabi.

Napag-uusapan din nila kanilang kabataan
ang kanilang trabaho, madestino kung saan-saan
ang kanilang bakasyon, mga maliligayang araw
'di mapigilan ang maluha sa pagkukuwentuhan.

Tuwing hapong ang lalaki'y uupo sa may bintana
ay nagkukuwento siya sa lalaking nakahiga
mga tanawin na magaganda at nakakamangha
ang lalaking nakahiga naman hayu't tuwang-tuwa.

126

Napakahalaga ng isang oras na kuwentuhan
para sa lalaking palagi na lamang sa higaan
mundo niya'y napapalawak at muling nabubuhay
sa bawat kuwentong naririnig sa galaw ng buhay.

"Sa labas ng bintana'y matatanaw ang isang lawa
na kung saan ay maraming bibe ang s'yang naglipana
habang naglalanguyan lahat sila ay tuwang-tuwa
mga batang nanunuod hayan nga at basang-basa."

"Ilang kabataan naman laruang bangka ang hawak
pinapaanod nila sa tubig, hindi nasisindak
may magkasintahan din sa paligid ay naglalakad
sa kanilang mukha pagmamahalan ay mababakas."

"At kung tatanawin mo naman ang kabilang ibayo
aba ay mukhang naman siyang napakalapit dito
mga ilaw na nagkikislapan gintong pinung-pino
hindi mo na nanaising mga mata'y isarado."

"Sa ibaba'y maaaliw ka sa ganda ng halaman
naggagandahang bulaklak na kay gaganda ng kulay
hindi ko nga alam kung alin ang aking tititigan
idagdag mo pa diyan ang bango na kanilang taglay."

Habang kinukwento ng lalaki ang kany'ng nakikita
lalaking nakahiga naman ay tuloy ang pagdama
nitong mga sinasabi na tunay na magaganda
naglalaro sa isip habang nakapikit ang mata.

Isang hapon naman nuon na medyo maalinsangan
kuwento ng lalaki'y may parada na dumadaan
at kahit wala s'yang nadidinig na anumang ingay
nakikita niyang lahat ito sa kanyang isipan.

At dumaan pa ang maraming mga araw at linggo
isang umaga'y dumating ang nars sa kan'lang kuwarto
dala ang tubig na gamit sa kanilang paliligo
laking gulat n'ya sa lalaking laging nagkukuwento.

Wala na itong buhay at hindi na siya nagising
sa kaniyang pagkakatulog at sobrang pagkahimbing
mabilis siyang tumawag ng kanyang kakatulungin
upang ang bangkay ng lalaki ay madaliang alisin.

Nang ayos na'ng lahat ang lalaking naiwa'y nagwika
kung sana daw siya ay mailipat sa may bintana
nagpaunlak naman ang nars at nang lahat ay magawa
nagpaalam muna siya't nagpunta na sa ibaba.

Dahan-dahan, pinilit tumayo't tinukod ang siko
makadungaw sa bintana at makita n'ya ang mundo
ngunit ang tumambad sa kanya isang pader na blanko
at sa pangyayaring iyon ang lalaki ay nanlumo.

Tinanong ng lalaki ang nars ng muli 'tong dumating
kung bakit ang lalaki sa kanya ay nagsinungaling
bakit pinaniwala s'ya ng magagandang tanawin
sa lahat ng mga kuwentong sa kanya ay umaliw.

At nang sabihin ng nars na ang lalaki pala'y bulag
ay lalo pa ngang nadagdagan ang kanyang pagkagulat
marahil ay gusto ka lamang ni'yang aliwin ng sapat
at maging masaya para mabuhay pa ng maluwat.

Wala nang iba pang sasaya sa 'yong nararamdaman
kung makapagpapaligaya ka ng isang nilalang
lalo na't alam na alam mo ang kanyang karamdaman
doble ang saya nito sa sinumang babahaginan.

75

Ligaw Na Bulaklak

Nag-iisa kong tinahak ang malawak na lupain
sa gitna ng nag-aalimpuyong sungit ng damdamin
masidhing galit 'tong sa dibdib ko'y nakakulong
nais sumambulat parang bulkang nais dumagundong.

Sa aking paglalakad ang naramdaman ko'y naglaho
pinukaw ng isang bagay kung saan mata ko'y napako
isang ligaw na halaman sa daanan ko'y namalas
ako ay nabighani sa kagandahan niyang payak.

Tulad ng karamihan simple ka lang sa aking paningin
daan-daanan ka lang, minsan nama'y tisod-tisurin
sa tibay mo hanga ako dahil sa gitna ng lahat
ang iyong pahiwatig dapat akong magpakatatag.

76

Ang Buhay nga Naman

Noong unang araw ginawa ng Diyos ang kalabaw
sinabihan niya ito na sa bukid ay magbungkal
magtrabaho ng husto't ang magsasaka ay tulungan
araruhin ang lupang tigang, umulan at umaraw.

Sinabihan din siya na dapat ay mag-kaanak
at sa nangangilangan magbigay ng gatas
sa pagkain at trabaho, tutulong sa lahat
may animnapung taong buhay kanyang ilalakas.

Medyo umangal ang kalabaw sa tinuran ng Diyos
masyadong mahaba buhay na ipinagkakaloob
sana daw dalawampu na lang ang sa kanya'y idulot
ang sobra'y ibabalik sana ay huwag malungkot.

Noong ikalawang araw ginawa ng Diyos ang aso
sinabihan niyang maghapon na ito ay umupo
sa may pinto ng bahay nitong kanyang magiging amo
at tahulan ang bawat lumapit o pumasok dito.

At siya ay binigyan ng dalawampung taong buhay
subalit tulad ng kalabaw ang aso ay umangal
ang dalampung taong pagtatahol ay napakatagal
katwiran sa Diyos at siya naman ay pinagbigyan.

Ibinalik ng aso sa Diyos sobrang sampung taon
at walang sama ng loob ay tinanggap naman iyon
basta't gawin mo lamang ang sa iyo ay itinuon
at wala na tayong magiging problema kung ganuon.

Noong ikatlong araw, ginawa ng Diyos ang unggoy
para daw magpatawa, magpasayang paugoy-ugoy
wala na daw malulungkot at wala ring magngungoyngoy
maligayang lahat, patatawanin ng tuloy-tuloy.

Pasayahi't aliwin ang mga taong nalulungkot
patawanin mo sila para hindi sila mabugnot
wala na siguro 'kong makikitang nakasimangot
at dalawampung taon naman sa iyo'y idudulot.

Habang nagkakamot ng ulo ang unggoy ay nagwika
ang dalawampung taon ay napakatagal po yata
kaya't tulad po ng aso sampung taon ay sapat na
hayaan po ninyo't matutupad ang adhika.

Nuong ikaapat na araw ay ginawa ng Diyos
ang tao, na sa kanyang sariling anyo ay hinubog
ikaw ay maglalaro at kakain at matutulog
mag-aanak at magsasaya at magpapakabusog.

At katulad din ng mga iba pang Kanyang nilalang
kung ilang taon mayroon ay Kanya ring ibinigay
subalit agad nagreklamo itong taong tinuran
dahil ang ibinigay ay dalawampung taon lamang.

Tinanggap naman ng tao itong dalawampung taon
subalit marahang kinausap itong Panginoon
apatnapung taong ibinalik ng kalabaw nuon
ibigay daw sa kanya at kailangan niya iyon.

Ang tig-sasampung taong inayawan ng aso't unggoy
sa Diyos na lumikha ay kanya pa ring ibinulong
na sa kanya daw sana ang mga ito ay iukol
kakailangin niyang lahat pagdating ng panahon.

At sa madaling salita ay walumpung taong lahat
hiningi ng tao at binigay ng Diyos kaagad
masaya ang tao at buong pusong nagpasalamat
may ngiti sa kanyang labi't mga mata'y kumikislap.

Ngayon ay alam na natin kung bakit nga ba ang unang
dalawampung taon ay talagang nating kailangan
para kumain, maglaro, magkasama sa tulugan
magkaroon ng pamilya at magsaya araw-araw.

At sa mga apatnapung taon naman na susunod
ay kinakailangan nating sa araw ay kumayod
magtrabaho ng husto at ang pamilya'y itaguyod
hanggang sa mapag-aral ang mga anak na nilulugod.

Sa sampung taong susunod ay halos magpakamatay
sa pag-aalaga mga apong pinakamamahal
patawa dito, patawa duon, patawang walang humpay
maaliw lamang yaring mga taong mahal sa buhay.

At kung may natitira pang mga sampung taon mandin
ito'y ilalagi sa pinto ng mga bahay natin
parang asong sumisigaw sa masasamang salarin
na may nais manghimasok sa tahanan nating giliw.

77

Batong Buhay

Sa minsan kong paglalakad ikaw ay aking natisod
karaniwan ka lang bato na nilulumot na halos
pero may kaibahan ka kaya't akin kang pinulot
nilis at sinabon pa at inaring isang handog.

Sabi nila sa akin ikaw daw ay isang batong buhay
may sariling pakiramdam kahit hindi gumagalaw
may sariling diskarte at mayroon ding pakiramdam
at batid mo rin ang lugar na iyong kinalalagyan.

Sadyang nakakatuwang pagmasdan ang iyong hitsura
makinis kang tunay kahit hindi gaanong maganda
ang angkin mong kulay natatangi na'y naiiba pa
may mangitim-ngitim na bahagi at mamula-mula.

Nang ikaw ay mamasdan nabihag mo ako kaagad
may kakaiba kang dating 'di ko maipaliwanag
tanging ang nalalaman kop'y napuno ako ng galak
kakaibang pakiramdam hatid mo sa aming lahat.

Mula ngayon pandadagan kita sa 'king mga papel
huwag mong hahayaang liparin sila ay ng hangin
tulad mo ay importante kayong lahat sa akin
biyaya kayo ng Diyos na dapat kong pagyamanin.

78

Mga Halamang Ligaw

Sa aking kapaguran minabuti ko ang maupo
at magpalipas ng oras para maalis ang hapo
sandali akong nagpahinga sa ilalim ng puno
para sariwang hangin ay akin namang masamyo.

Mga paningin ko mandi'y bigla na lamang ninakaw
nitong mga mumunting bulaklak ng halamang ligaw
nakatutuwang pagmasdan taglay nilang kulay dilaw
inaantok kong pakiramdam ay kanilang pinukaw.

Maliliit man sila at di-gaanong napapansin
may sarili ding kariktan pagmasdan mo nang masinsin
malamyos na umiindak sa indayog nitong hangin
walang siyang pakialam sa taglay kong suliranin.

Mga taong naglalakad daan-daanan ka na lamang
nanduong tisud-tisurin o kaya'y apak-apakan
subalit nandiyan ka pa rin kahit luluray-luray
bukas makalawa bulaklak mo'y muling masisilaw.

Tunay kang matatag kaya hanga ako ay sa iyo
hindi ka napipikon kahit apihin ka ng todo
saglit kang yuyuko subalit muli ka ring tatayo
o halamang ligaw hindi ka talagang sumusuko.

79

Hindi Mo Ba Narinig?

Hindi mo ba narinig ng pumatak ang ulan
na nagmula pa sa malawak na kalangitan
agad niyang binasa natutuyong sakahan
at pati mandin ang mainit na buhanginan.

Hindi mo ba narinig ng mapigtal ang dahon
mula sa nakahilig na malaking punong 'yon
na kung malakas ang hangin masda't umuugoy
na parang hinehele ang kanyang munting sanggol.

Hindi mo ba narinig ang matinding sagitsit
ng kumaripas na kotse sa daang makitid
na tila nagmamadali na kanyang masapit
ang lugar na tagpuan ng kanyang iniibig.

Hindi mo ba narinig ng tumulo ang luha
sa matinding lungkot sa irog niyang dakila
sa usapang magkikita nawala nang bigla
mandin ay mayroon ng s'yang ibang minumutya.

80

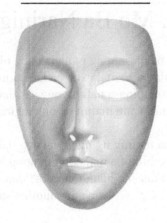

Maskara

Masdan ang mga gusaling humahalik sa kalangitan
at sa hihip ng hangin ay kasabay silang dumuduyan
hindi ba't napakagandang tanawin hayan iyong masdan
huwag ka na lang sisilip pa duon sa dakong likuran.

Mamasyal sa gabi't tingnan ang makikislap na ilaw
mapapahangang tunay ang mga turistang namamasyal
pero subukan mong pumasok sa looban nina Islaw
kislap ng awa't kahirapan ang sa iyo ay dudungaw.

Naaamoy mo ba ang maraming tindahan ng pagkain
sa kaliwa at sa kanan talagang ikaw ay gugutumin
pero paano ko nga kayang pagkain ay lulunukin
kung makikita kong mga pulubi'y sa 'kin nakatingin.

Sa loob ng mall ay hindi magkamayaw ang mga tao

sa iba't ibang tindahan sila ay paroo't parito
mayroong namimili, mas marami ang nag-uusyoso
kaya ingat ka pare, laganap 'tong mga mang-ootso.

Ganito na ba ngayon bayan nating minamahal
magarang maskara lang pala ang sa mukha'y nakatapal
maipagmamalaki ba natin ang ganitong larawan
kumilos naman kayo mga kapatid na nahalal.

81

Sa Gitna Ng Malakas Na Ulan

Malalim na ang gabi. Matindi ang lakas ng ulan.
Masungit ng panahon na tila walang pakialam.
Isang matandang babae ang nasa gitna ng daan
mag-isang naglalakad, naghahanap ng masasakyan.

Basang-basa na siya at halatang nagmamadali
kaya't nang makita ang taksi 'di na nag-atubili
pinara na kaagad kahit na ang gilid ay yupi
at sumakay ng mabilis bitbit ang kanyang tampipi.

Nangangatog sa lamig isinulat sa isang papel
direksyong pupuntahan saka ibinigay sa tsuper
at wala nang tanong-tanong humarurot na sa haywey
ang taksing sinasakyan na kasingtulin ng traysikel.

At nang makarating sa adres na kanyang isinulat
pagkabayad ay bumaba at saka nagpasalamat
at 'sang iskinitang madilim siya niyang tinahak
bigla na lamang nawala daig pa kamo ang kidlat.

Makaraan ang isang linggo ay mayroong kumatok
sa bahay ng tsuper ng taksi na mandin ay natakot
nagulat ng 'sang malaking telebisyo'y ipinasok
sa maliit niyang bahay ng mga taong naghakot.

Kalakip nito'y isang munting papel na kulay rosas
mula sa babaeng kanyang inihatid sa Balagtas
kanyang kinuha ito at medyo ngatog pang binuklat
at saka niya binasa ang mensahe ng malakas.

"Salamat sa iyong ginawang paghahatid sa akin
sa gitna ng malakas na ulan at gabing malalim
basang-basa man ako pati na ang aking dalahin
pero hindi ang kalooban ko at aking damdamin.

Nang dahil sa iyo ay naabutan ko pa ng buhay
naghihingalo kong asawa na noo'y nakaratay
sana'y marami pa ang mga katulad mong nilalang
na handang tumulong sa 'ming mga nangangailangan."

Mga mata ng mamang tsuper nangingilid sa luha
tiniklop ang liham na sa kanyang luha ay nabasa
huminga ng malalim, saka dumungaw sa bintana
masaya ang pakiramdam at nakatulong sa kapwa.

At mahirap man daw itong kinagisnan niyang buhay
masaya na rin siya sa kanyang mga karanasan
talos niyang ito lamang ang kanyang maibibigay
sa kanyang mga anak ang ginintuang karanasan.

82

Mga Kulay Ng Mundo

Ang ating kapaligiran ay nababalot ng berde
mga punong sumasayaw sa hangin ay humehele
at sariwang damong takbuhan sa malawak na parke
halika't damhin mo ang lahat, sapagkat ito ay libre.

Kulay ng mga bulaklak, may dilaw, rosas at pula
sa bawa't paligid tiyak ikaw ay mapapamangha
mga ibon di magkamayaw at maging ang balana
sa mga kulay at bango lahat ay nahahalina.

Iyong pagmasdan kung nahuhulog na ang mga dahon
sa mga sanga ng puno, taglagas na ang panahon
malaginto ang kawangis, makina pa at malutong
kaygandang kulay isang gunitang nais kong ikahon.

Bumabagsak na ang mga perlas na mula sa langit
at nagsisimula na nating maramdaman ang lamig
tila puting kumot na bumabalot sa 'ting paligid
na sa pagdating ng gabi halos lahat ay tahimik.

Sa gabing malalim na lahat ay nagpapahinga
kulay itim ang kapaligiran walang pagdududa
pasasalamat ay igawad natin sa bawat isa
at maluwag sa kaloobang tayo nang magpahinga.

83

Sa Aming Barangay, Si Almang Balo

Alma naman ang pangalan nitong aking kapitbahay
mabait, maganda, isa siyang kaibigang tunay
matangos ang ilong, mga mata ay napakapungay
anim ang anak niya kaya lagi siyang maingay.

Maaga siyang nabalo sa asawa n'yang lasenggo
kaya doble ang sipag sa kanyang pagtratrabaho
maaga pa'y hinahanda na ang maliit na puwesto
sa harap ng bahay para sa tindang gulama't sago.

Panganay n'yang anak napatigil na sa pag-aaral
upang makatulong sa kanyang pamilyang minamahal
mag-alaga ng kapatid habang nagtitinda si 'nay
ito ang larawan ng buhay nila sa araw-araw.

Ang pangalawang si Neneng ismarte at matalino
taon-taon ay laging umaakyat sa entablado
para tanggapin ang mga medalyang pilak at ginto
tainga nitong si Alma pumapalkpak ng husto.

Sa ganda ni Alma ay marami siyang manliligaw
mayroong bata at matanda na hindi magkamayaw
isa sa masusugid sa lahat ay itong si Islaw
pero sabi ni Alma'y ayos na raw 'tong kanyang buhay.

84

Napulot Na Kahon

Isang kahon ang aking napulot sa minsang paglalakad
inuwi ko siya sa bahay at aking sinipat-sipat
ano kaya ang gagawin ko dito, tanong ko kaagad
ayaw ko namang itapon dahil may silbi pa 'to tiyak.

At aking ngang pinagyaman itong napulot na kahon
nilinis ko ng mabuti tapos medyo sinabon-sabon
nilagyan ng pangalan ko at kinulayan pa ng asul
marahan kong pinagmasdan bago itinago sa baul.

sa kahong ito inilagay ko mga munting mensahe
na nais ko sanang iparating sa mahal kong prinsipe
nasaan na kaya siya ngayon sino pa ang katabi
punong-puno ng pananabik puso kong 'di mapakali.

Ang mga alaala sa akin ng mahal kong magulang

dito rin sa kahong ito maingat kong inilalagay
mga gintong aral na kayamanang sa aki'y iniwan
na hindi matutumbasan kahit anumang kayamanan.

At sa marami pang panahon sa aki'y darating
kasama na rin dito ang aking mga supling
sa kanilang paglaki dito sa bayan nating magiliw
buksan ang munting kahon ko at marami kang pupulutin.

85

Kailangan

Kailangan nang talaga na ako ay magpaalam
pakiusap ko lamang ay huwag ka sanang magdamdam
'di mo lamang talos kung ano itong nararamdaman
napakasakit mang tunay ito'y nararapat lamang.

Hindi ko nga alam kung kakayanin ko itong lahat
ang mawalay sa iyo na aking pinakaliliyag
gaano man kasakit asahang gagawin ko'ng lahat
mahalaga ka sa akin sinasabi ko ng tapat.

Dumating na sa hanggahan ang aking nararamdaman
sa mundong ibabaw ako ngayon ay mamamaalam
babaunin kong palagi hanggang sa kabilang buhay
ang matatamis nating sandali na pinagsamahan.

86

Bilisan Natin

Bilisan nating mangarap at baka tayo maiwan
ng biyaheng papaalis patungo sa kabayanan
at kung magkataon na ganyan na nga ang kahinatnan
aba'y kawawa tayo wala tayong kinabukasan.

Bilisan nating magtanim ng mga butong inipon
ng ito'y magbunga na at ng hindi tayo magutom
kakailanganin natin 'to pagdating ng panahon
baka bumalik ang sabi nilang panahon ng Hapon.

Bilisan nating basahin ang kuwentong naisulat
ng ating maintindihan kung ano ang naging wakas
ating tularan ang kanilang magagandang binigkas
ng ang ating buhay lalo pang maging maaliwalas.

Bilisan nating lutuin ang ulam na kakainin
lahat ng ating kasamahan ay ating bubusugin
'di lamang mga adobo, litson pati nang diningding
isama na rin ang pagmamahal sa puso't damdamin.

Bilisan nating sabihin ating mga niluluob
sa mga mahal sa buhay sa ati'y 'di nagmaramot
sa init man o sa lamig karamay sila sa kumot
masarap marinig ang mga salita ng pag-irog.

87

Nasaan Na Nga Ba?

Nasaan na nga ba itong dating malawak na dagat
na pinagkukunan ng isdaang aming ipinapangat
ng mga halaan, batotoy at pati alimasag
siyang pampatawid ng buhay sa aming mahihirap.

Nasaan na ba ang tabing dagat na aming pasyalan
sa maghapong lapaguran pampagaan ng katawan
habang iyong pinapanood ang paglubog ng araw
nawala na nga ito, tingnan mo na lan sa larawan.

Nasaan na nga ba ang ikinabubuhay ni Tatang
sampu ng kanyang pamilyang siya ang inaasahan
pangarap niyang pag-aralin ng 'di lumaking mangmang
naglaho ang kanyang ambisyon ng ganuon na lamang.

Nasaan na ba ang laruan nitong mga bata
ang magpatintero at magpiko sa buhanginang basa
malapad at libreng lugar, 'di masakit kung madapa
sa likod-bahay ka na lang, kung may kapirasong lupa.

Nasaan na nga ba ang mga biyayang ito ng Diyos
na sa ating nilalang ay masayang ipinagkaloob
na walang nagmamay-ari at walang maghihimasok
dahil sa malalaking buwayang dito'y nakapasok.

(Ito po ay hinaing ng tulad kong tubong-Paranaque)

88

Ingay

Ingay ng musika ang tuwina ay aking kasama
na siyang umaaliw sa akin mula sa umaga
palagi kong naririnig saan man ako pumunta
ingay rin ang siyang dulot ng mga sayaw at kanta.

Iba't-ibang ingay ng tunog saan man pumalaot
sa malalim na dagat, sa lupa't mataas na bundok
mga batang naglalaro ingay din ang bumabalot
sa kanilang kasayahan ay di-kilala ang lungkot.

Maging araw man o gabi ingay pa rin ang maririnig
may mga pagtatalo, pag-aaway man o pag-ibig
takpan man ang tainga, gustuhin mo man ang tahimik
ingay pa rin ang mayroon dito sa ating daigdig.

89

Salakot Ni Inang

Sa maghapong singkad ikaw ang lagi niyang kasama
isang abang salakot na pinaghirapan ni ama
sunong ka n'ya sa ulo sa pagtatanim sa tumana
na kung saan mga prutas at gulay ay masagana.

Lumang salakot ni Inang lagi niyang kaulayaw
sa maghapong paglalako ng prutas at gulay sa bayan
tangi niyang panangga sa maghapong init at ulan
hinding-hindi ipagpapalit sa kahit anong bagay.

Salakot ni Inang buong puso itong pinagpaguran
hinabi ni ama ko sa palad niyang magagaspang
ngayo'y alaala na lang ng masasayang buhay
salakot na naiwan aking s'yang pakakaingatan.

90

Buhangin At Bato

Minsa'y dalawang magkaibigan ang nagkaayaan
sa 'sang ilang na disyerto nagpasya silang mamasyal
at masaya naglakad magkahawak pang mga kamay
nagbibiruan, nagtutuksuhan at sabay tawanan.

Walang anu-ano ay nagkaroon ng argumento
at dahil sa biruan medyo nagkaroon ng gulo
napikon ang isa at isang sampal ang dumapo
sa pisngi ng kaibigan kaya't ito ay nagtampo.

Madaling namang nawala ang galit ng kaibigan
kaya sa buhangin dito ay kanyang napagpasyahan
isulat ang pangyayari na siya ay nasampal
nitong kanyang kaibigan na hindi inaasahan.

Sa patuloy na paglalakad nakaramdam ng pagod
ang magkaibigan sa maghapong nilang paglilibot
ng walang anu-ano paningin nila ay natisod
ng 'sang malinaw na batis sa may paanan ng gulod.

Tuwang-tuwa ang dalawa at dahilan nga sa init
mga kamiseta nila na basang-basa ng pawis
minabuting hubarin at sa batis ay magpalamig
at sinamantala nila ang mapag-enganyong tubig

Batang kanina'y nasampal ngayon paa'y pinulikat
habang masayang naliligo sa batis na malawak
muntik nang malunod kaya nagsisigaw at umiyak
sinagip ng kaibigan na mabilis at maagap.

149

Nagpasalamat naman kaagad ang batang sinagip
sa kaibigang sumaklolo sa nangyaring panganib
at sa isang malaking bato'y agad niyang inukit
katagang siya'y niligtas ng kaibigang mabait.

Hindi mawari ng kaibigan kanyang nasaksihan
sa bato ngayon isinulat nang siya'y tinulungan
kaninang siya'y sinampal bakit sa buhangin lamang
"Ano nga ba ang dahilan, gusto kong maunawaan."

At mahinahong sinagot ang tanong ng kaibigan
sa buhangin lamang isulat kung ikaw ay nasaktan
tiyak na sa lakas ng hangin at sa buhos ng ulan
sigurado na 'tong mabubura ng kapatawaran.

At kung sakali namang mayroong magandang nangyari
sa bato mo isusulat ang dakilang insidente
dahil sa ang iyong sinulat sa bato mapipirme
sa hangin man at ulan 'di mawawala ang mensahe.

91

Silahis Ng Araw

Iyong pagmasdan ang makinang na silahis ng araw
sa kanyang pagpapaalam sa buong sangkatauhan
wala nang dadaig pa sa dulot niyang kagandahan
sa isang pintor, obra maestra siyang nababagay.

Masdan mo ang mga kulay na kanyang isinasabog'
tulad nitong lakambining umaapaw ang alindog
napakamatulain, pang-uri ko ay nauubos
para mailarawan siya ng husto't lubos-lubos.

Magpapaalam muna siya at muli ay babalik
sa ating lahat panibagong buhay ang ihahasik
at muli ko ring pagmamasdan ang kulay mo sa langit
ang ligayang dulot mo sa amin ay walang kaparis.

92

Ang Babae

Ang mga babae'y espesyal na nilalang ng Diyos
sa maraming bagay siya lamang ang nakakatalos
matitibay na balikat kanyang ipinagkaloob
nang sa iyong pag-iyak tiyak na ginhawa ang dulot.

'Sang pambihirang lakas ng loob kanyang ibinigay
at nang ang pagsilang ng sanggol ay kanyang makayanan
lakas pa rin ng loob sa darating na mga araw
sa ilang mga anak minsan landas ay naliligaw

Itinanim din niya ang matinding paninindigan
upang hindi kaagad-agad pag-asa'y nawawalan
sa matiyagang pagtaguyod sa pamilya n'yang mahal
sa kabila nitong lahat na pagod at karamdaman.

Ginawa niyang mga babae'y maging mapagmahal
sa kanyang mga anak ng walang alinlangan
sa kahit anong unos na sa kanilang dadaanan
ay makakaya niyang lahat ng ito'y malampasan.

Kakaibang tatag sa babae'y ipinaubaya
para sa pagkakataong kabiyak ay nadadapa
sa ibang kandungan o mga bisyong nakakahiya
ang siya ay maibangon sa isang bagong simula.

Minarapat niyang ang babae'y maging marunong
may angking talino sa ano pa mang pagkakataon
lutasin ang mga problemang sa kanya'y sasalubong
sa lahat ng oras at saan man siya naroroon.

Nais rin niyang babae ay maging maunawain
sa kabila ng kahinaan na kanyang haharapin
ang bukol ni Jimbo aba'y kaya niyang mapagaling
pati nang puso ni Neneng kaya rin niyang lutasin.

Minabuti niyang pagkalooban siya ng luha
na kanyang karamay sa sandali ng pangungulila
pampalakas-loob sa takot na ayaw pahalata
luha ng pagpapasalamat sa lahat ng biyaya.

Wala sa magagarang damit ang kanyang kagandahan
sa ayos ng buhok o magandang hubog ng katawan
kung hindi sa kanyang mga mata na siyang pintuan
ng kanyang puso na siyang sisidlan ng pagmamahal.

93

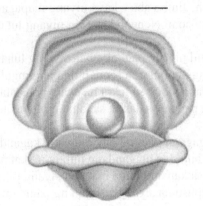

Perlas

Isang hari ng karagatanang sa iyo'y nagtanim
sa pusod ng malawak na dagat sa gitnang malalim
sa mga butihing diyosa duon ka ibinilin
alagaan ng mabuti at kanilang pagyamanin.

Hindi iilang ganid na ang sa iyo ay nagnasa
ang bingit ng kamatayan ay hindi inalintana
mapasakamay ka lamang ang buhay ay itinaya
maangkin ka lamang ng tunay ganyan ang ginagawa.

Busilak ka at malasutlawalang bahid ng dungis
maipagkakapuri kang sadya tulad ng pag-ibig
ng binata sa dalagang tunay niyang nilalangit
at ialay na kuwintas sa mayaman niyang dibdib.

Isang tunay na kayamanan ka ng kahit na sino
at walang dudang ipaglalaban ka hanggang sa dulo

sagisag ka nitong pag-ibig na walang pagkanulo
at hanggang wakas mananatiling tapat at totoo.

At sa aking mahal buong puso kitang iaalay
gagawin kitang agnos sa kuwintas nitong buhay
magiging tatak ito ng aking wagas na pagmamahal
ala-alang babaunun hanggang sa kabilang buhay.

94

Ang Pinakamagandang Bulaklak

Sa 'sang parke ako dinala ng aking mga paa
at sa kahoy na bangko minabuti kong magpahinga
itong mabigat kong loob pagagaangin ko muna
sa preskong simoy nitong hangin at tanawing kay ganda.

At sa 'king taimtim na sandali ng pananahimik
isang bata ang sa aki'y bigla na lamang lumapit
himihingal pa sa pagtakbo at kamay ay may bitbit
isang munting bulaklak na nawalan na ng pang-akit.

Bakas sa munting bata ang maaliwalas na mukha
walang pagod sa paglalaro tulad ng ilang bata
subalit ang bulaklak na hawak n'ya ganda ay wala
mistula na lamang ay pinagtampuhan ng tadhana.

Sa halip na umalis at bumalik sa paglalaro
inamoy ang bulaklak at sa tabi ko ay umupo
at saka n'ya winikang "ito ay para sa iyo po"
sabay inabot ang bulaklak na lanta na at tuyo.

Nagdalawang loob akong kung tatanggapin o hindi
sa inasal ng bata parang 'di ako makatanggi
'sang ngiting pakunwari ang siya kong naging sukli
sa magandang loob na sa akin ay kanyang ginawi.

Naglaho na nga ang kulay ng hawak niyang bulaklak

156

dahang-dahang inabot sa akin ng munti n'yang palad
minabuti kong tanggapin para umalis na agad
at nang mapag-isa na lang ako na siya kong hangad.

Malayo pa sa kamay ko nang ito'y kanyang bitawan
ang hawak na bulaklak na sa akin ay inaalay
nahulog sa lupa na hindi niya namamalayan
nuon ko natanto mata pala niya'y walang linaw.

Aking dinampot sa lupa ang bulaklak na nahulog
inilapit ko sa ilong ko at inamoy, sininghot
at ang natitirang bango ay akin paring sinimot
salamat sa bata at siya ay umalis, tumalikod.

Heto, ako pala itong bulag sa katotohanan
sa nangyayari sa paligid na mga simpleng bagay
sa aking pagkakaupo bata'y muli kong natanaw
may bulaklak na muli para sa isa pang nilalang.

Malalim kong pinag-isipan ang pangyayaring iyon
na siya ngang nagbukas ng isipan kong nakatikom
sa isang katotohanang nagdulot sa 'kin ng leksyon
ang magpasaya ng 'yong kapwa daig pa sa pagtulong.

95

Inay

Inay
para sa iyo ang araw na ito
gunita sa amin sa kadakilaan mo
bale wala ang laht kung wala ka sa mundo
ikaw na inspirasyon ko maging sa trabaho.

Inay
wala nang tutulad pa
init ng pagmamahal sa ami'y ipinadama
lahat ng sandali ng iyong pag-aaruga
ngayong wala ka na, buhay ka pa rin sa aming gunita.

Inay
wala ka man sa tabi ko ngayon
nais ko pa ring sa iyo ay ibulong
na walang makakadaig sa iyong mga tulong
dahil 'di mo alintana kahit anong hirap ang sinuong.

Inay
pasensya na lamang sa mga pagkukulang n
na naidulot ko sa iyo dala nang kabataan
matagal ko na ring ito ay napagsisihan
ang mahalaga sa lahat ikaw pa rin ang mahal.

96

Ulan

Nang dahil sa 'yo nagkaroon ng ibayong pag-asa
at muling nanumbalik ang buhay naming masagana
tulad din ng pag-ibig pakiramdam ay sumasaya
kung matagal na panahon na kayong hindi nagkita.

Nang dahil sa iyo'y nagbukahan na ang mga bulaklak
matapos nilang madama tamis ng 'yong mga patak
pag-ibig mang nadidilig mga puso'y nagagalak
at hindi na namamalayan ang paglipas ng oras.

Nang dahil sa iyo ay nagpipista ang buong nayon
sa masaganing ani na tinatamasa n'la ngayon
dahil sa mga patak mo haya't muling nakabangon
mahal ka namin ulan maging ang iyong ambon.

97

Ito Ba Ang Pag-ibig?

Malalalim na biloy ng pisngi mo ang agad kong napansin
nang ang maamo mung mukha ang unang sumalubong sa
akin
nababakas sa 'yong mga ngiti na tigib ka ng pag-asa
kawangis mo ang larawan ng isang tunay na Mona Lisa.

Sa pag-iisa ko ay hindi mawaglit sa aking isipan
ang magagandang sandali ng una kitang masilayan
kakaibang tibok ang naramdaman nitong aking puso
hindi ko kayang ipaliwanag at hindi ko rin matanto.

Ito na nga marahil ang sinasabi nilang pag-ibig
'di malaman ang gagawin sa higaan laging alumpihit
laging magaan ang katawan tila nakalutang sa langit
mabango ang paligid at pulos musika ang naririnig.

98

Ang Sandalan

Paniniwala, ikaw itong sa amin ay nagbukas
ng maraming pinto ng katanungan sa aming lahat
mga kaalamang natutuha'y hindi pala sapat
sa mundong itong puno ng hiwaga at alamat.

Akala namin itong tinuro ng aming magulang
pati na ang lahat na natutunan sa paaralan
mga binasang aklat sampu ng mga karanasan
sapat na puhunan na para makamit ang tagumpay.

Sa mundong ito ang buhay ay mahabang paglalakbay
dapat ay higpitan ang kapit para hindi mabuwal
puwedeng matumba o madapa sa masamang galaw
pananampalataya sa kanya diyan ka sasandal.

99

Pangako

Sa isang munting papel ay aking isinulat
ang isang pangako na sana'y aking matupad
pagpipilitang mabuti masunod ang lahat
sakabutihan lamang ang siyang tanging hangad.

Marami nang beses na ako'y nagtangkang mangako
kasabihan nga nila ang iba'y napapako
masunod ko ang lahat ng walang pagkahapo
maging kasinglakas tulad ng apoy sa sulo.

At sa pagpasok ng isang panibagong taon
sikapin nating dumi at baon ay ibaon
sa pagbukas ng bintana mata ay ituon
sa liwanag ng buhay at aral ng Panginoon.

Made in the USA
Monee, IL
22 August 2025

24012462R00095